முள்வேலி

சத்யானந்தன்

பதினைந்து ஆண்டுகளுக்கும் மேலாக சதங்கை, கணையாழி, நவீன விருட்சம், சங்கு, உயிர்மை, மணிமுத்தாறு, புதிய கோடாங்கி, இலக்கியச் சிறகு, கனவு உள்ளிட்ட சிறு பத்திரிகைகளிலும், திண்ணை, சொல்வனம் உள்ளிட்ட இணைய தளங்களிலும் தீவிரமாகத் தனது படைப்புகளைப் பிரசுரித்துள்ளார் கவிஞர், எழுத்தாளர் சத்யானந்தன் (முரளிதரன் பார்த்தசாரதி).

நவீன புனைகதைகள், நாவல்கள், கவிதைகள், கட்டுரைகளை வித்தியாசமாகப் படைப்பவர். வாசிப்பையும் எழுத்தையும் இரு கரைகளாகக்கொண்டு ஆரவாரம் இல்லாத மிக அமைதியான ஆறாக தொடர்ந்து ஓடிக் கொண்டிருக்கும் இவர் சமகால எழுத்துக்களை அலுக்காமல், சளைக்காமல், அமைதியாகத் தன் போக்கில் தொடர்ந்து அறிமுகப்படுத்தி, விமர்சித்து, கவனப் படுத்தி வருகிறார்.

முள்வெளி

சத்யானந்தன்

கிழக்கு

முள்வெளி
Mulveli

Sathyanandhan ©

First Edition: September 2017
152 Pages

ISBN: 9789386737182
Kizhakku - 1028

Kizhakku Pathippagam
177/103, First Floor,
Ambal's Building, Lloyds Road
Royapettah, Chennai 600 014.
Ph: +91-44-4200-9603

Email : support@nhm.in
Website : www.nhm.in

◉ kizhakkupathippagam
◉ kizhakku_nhm

Author's Email: sathyanandhan.tamil@gmail.com

Kizhakku Pathippagam is an imprint of New Horizon Media Private Limited

This book is sold subject to the condition that it shall not, by way of trade or otherwise, be lent, resold, hired out, or otherwise circulated without the publisher's prior written consent in any form of binding or cover other than that in which it is published and without a similar condition including this the rights under copyright reserved above, no part of this publication may be reproduced, stored in or introduced into a retrieval system, or transmitted in any form or by any means (electronic, mechanical, photocopying, recording or otherwise), without the prior written permission of both the copyright owner and the above-mentioned publisher of this book.

"
காற்று தன்னிச்சையாய்த்
திரிகிறது என்பது தோற்றம்
மேகத்தையும் மழையையும்
காற்றுதான் கட்டுப்படுத்தும்
என்பது மாயை
தோற்றம் மாயை
என்னும் ஆடைகளைப்
புனைந்து திரியும் உண்மை
தன்னிச்சையாய்.
"

1

குளத்தின் வடக்குப் பக்கம் பிரதான சாலை வாகனச் சந்தடியும் நல்ல வெளிச்சமுமாயிருந்தன. பிற கரைகளில் அதிக வெளிச்ச மில்லை.

மேற்குப் பக்கம் சிறிய கோபுரம் ஒன்றின் மீது விளக்கு எரிந்து கொண்டிருந்தது. குளத்திலிருந்து தவளைகள் தொணப்பிக் கொண்டிருந்தன. கோயிலை விட்டு வெளியே ஓடி வந்த இரு சிறுவர்கள் கோயிலை ஒட்டி இருந்த வீட்டினுள் தடதடவென ஓடினார்கள்.

''அம்மா, செல்வாவுக்கு காலுல அடிபட்டு ரத்தம் வருது'' என்றான் உயரமானவன்.

''அடப் பாவி, எங்கேடா?'' என்று அவர்களின் தாய் ஓடி வந்து செல்வாவைக் கூடத்தில் நிற்க வைத்துப் பரிசோதித்தாள். ''காலைக்கழுவிக்கிட்டு வாடா'' என்று மஞ்சப் பொடி டப்பாவை எடுத்து வந்தாள்.

''எப்படிடா அடிபட்டுது?'' என்றாள் மஞ்சப்பொடியைக் குழைத்துத் தடவியபடி.

''சேகரு தள்ளி விட்டாம்மா...'' என்றான் செல்வா. சேகரை அடிக்கக் கையை ஓங்கினாள். ''யம்மா... நம்பாதே. கோயில்ல ஒரு ஆளு இருட்டுல படுத்திருக்காரு. பேன்டு சட்டையெல்லாம் போட்டிருக்காரு. அவுரு மேலே தடுக்கி விளுந்துட்டான்.''

''ஆருடா ராத்திரியிலே கோயிலுக்குள்ளே படுத்தது... உங்க அப்பா வரட்டும். விசாரிப்போம்.''

அவனைச் சுற்றி நிறைய பேர் நின்றிருந்தார்கள். லாந்தர் விளக்கு ஒளியில் அவர்கள் முகம் சரியாகத் தெரியவில்லை. அவன் எழுந்து அமர்ந்து மலங்க மலங்க விழித்தான். வெளிர் நீல முழுக்கைச் சட்டை அணிந்திருந்தான்.

'' உன் பேரு என்னப்பா?'' வயதான ஒருவர் ஆரம்பித்தார். அவன் பதிலே பேசவில்லை. தலையை நிமிர்த்தாமல் அமர்ந்திருந்தான். லாந்தர் விளக்கில் அவன் நிழல் நீண்டு தெரிந்தது. ''நாப்பது வயது இருக்கும்போல'' என்றார் ஒருவர்.

''ஏன்... கொஞ்சம் கம்மியா இருந்தா பொண்ணு கொடுக்கலாமின்னு இருந்தியோ?'' பலரும் சிரித்தனர்.

''பேசுப்பா... ஊமையா நீ?'' என்றார் மற்றொருவர்.

ஒரு இளைஞன் குந்திட்டு அவன் எதிரே அமர்ந்தான். ''உங்க பேரென்ன?''

''...''

''சொல்லுங்க. உங்க பேரென்ன?''

''ரா...ஜே...ந்..தி..ர..ன்'' சற்று குழறலாகவே இருந்தது பேச்சு. அவன் தோற்றத்துக்கு இணையான அழுத்தந்திருத்தம் இல்லை.

''எந்த ஊரு?'' குந்தி இருந்தவன் கிட்டத்தட்ட மிரட்டுவதுபோல் அவன் முகத்துக்கு அருகில் சென்று வினவினான்.

''மெட்ராஸு.''

''இங்கின ஏன் படுத்து இருக்கீங்க?''

''எந்த ஊருக்கு போவணும்?''

ராஜேந்திரன் மறுபடி மௌனமாகிவிட்டான்.

''நீங்க எங்கே போவணும்?'' கேட்டவர் மறுபடி வினவினார்.

''மென்டலு மாதிரி தெரியறான்'' என்றார் ஒருவர். ராஜேந்திரனிடம் எந்த வித பாதிப்பும் இல்லை.

''பயந்த மாதிரி இருக்கு. செய்வெனை. வசதியான ஆளுதான்'' என்றாள் ஒருத்தி.

''உனக்கு மட்டும்தான் பதிலு சொல்லறான். நீயே கேளப்பா'' என்றார் ஒருவர் குந்தி இருந்தவனைப் பார்த்து.

அவன் உற்சாகமாகி கிட்டத்தட்ட ராஜேந்திரனின் முகத்தோடு முகம் வைத்து ''மெட் ராஸுல ஆரு இருக்கா?''

''ஆரும் இல்லே'' குழறினான்.

''எங்கே போயிட்டாங்க?''

''தெரியலே.''

''ஆருமில்லாம எப்படி இந்த ஆளு இருந்திருப்பாரு... போக வேண்டிய இடமும் தெரியலே... போலீஸ்கிட்டே ஒப்படைக் கலாமா?''

''உடையாரு கிட்டே சொல்லாம போலீஸையெல்லாம் கூப்பிடாதீங்க... காலையிலே உடையாரு வரட்டும்.''

''பூச்சி கீச்சி கடிச்சு செத்துரப் போறான்... ஆரு வீட்டுத் திண்ணையிலேயாச்சும் படுக்க வைங்க.''

''செல்லாயி கிழவி ஊருக்கு போயிருக்கு. அது வீட்டுத் திண்ணையிலே படுக்க வைக்கலாம்.''

''எழுப்புங்கைய்யா அந்த ஆளை.''

''வாங்க எந்திரிங்க... கோயில்ல ராத்தங்கக் கூடாது.'' ஒருவன் கையைப் பிடித்து இழுத்தும் ராஜேந்திரன் எழுந்திருப்பதாக இல்லை.

''நான் இப்ப என்ன செய்யறேன் பாரு...'' என்று ஒருவன், ராஜேந்திரன் தலைமாட்டில் இருந்த கறுப்பு நிறத் தோல் பையை எடுத்து நகர்ந்தான். ராஜேந்திரன் எழுந்து அவன் பின்னாலேயே நடந்தான்.

வாசலைப் பெருக்கி சாணத் தண்ணீர் தெளித்துக் கோலமிட்டுக் கொண்டிருந்த சில பெண்களைத் தவிர புலரும் விடியற்காலை யின் மென்மையான பரவலை வரவேற்க யாருமில்லை.

பூட்டே இல்லாமல் வெறுமனே மூடப்பட்டிருந்த இரும்புக் கம்பி (அரைக்) கதவைத் திறந்து செல்லாயி கையிலிருந்த பெரிய பிளாஸ்டிக் நாடாப் பையையும், மஞ்சள் நிறத் துணிப்பையையும் சிறிய திண்ணை மீது வைத்துவிட்டு விளக்கைப் போட்டுவிட்டு குருக்குப் பையிலிருந்த சாவியை எடுக்கும்போதுதான் பெரிய திண்ணையின் மீது ஒரு ஆள் படுத்திருப்பதைப் பார்த்து ஒரு நிமிடம் உடலெல்லாம் வியர்த்தார். ஆரு இது? ''தம்பீ... தம்பீ...''

நல்ல பேன்ட் சட்டையெல்லாம் போட்டு வசதியான ஆளு மாதிரி இருக்கறான். ''ஸார்... ஸார்... தம்பீ... தம்பீ...'' செல்லாயியின் குரல் கேட்டு அவன் விழித்தெழுவதாகத் தெரியவில்லை. பெரிய கறுப்பு நிறத் தோல் பை மீது தலை வைத்துப் படுத்திருந்தான்.

செல்லாயி மரக் கதவைத் திறந்து பைகளுடன் வீட்டிற்குள் சென்றார். மாடத்தில் ஒரு அகல் விளக்கை ஏற்றினார். இரண்டு பிளாஸ்டிக் குடங்களுடன் வெளியே சென்றார்.

''ஹலோ...''

''மஞ்சு... நான்தான்ம்மா. போலீஸு கிட்டே போனியா?''

மஞ்சு அழத் தொடங்கினாள்.

''அழாதே மஞ்சு. போலீஸ்ல என்ன சொன்னாங்க?''

''நான் போகலம்மா. அவுங்க பார்ட்னர் சுப்பிரமணியம் அண்ணே ஒரு வாரம் களிச்சு எடுக்கலாமின்னாங்க. இந்த நேரம் பாத்து நீ யூ எஸ் போவியாம்மா?''

''தம்பீ...'' இந்த முறை செல்லாயி அவனைத் தொட்டு எழுப்பினார். ''பல்லு வெளக்குங்க.'' எழுந்து அமர்ந்தவன் அப்படியே இருந்தான். செல்லாயி அவனருகில் சென்று அவனது கையைப் பற்றி இழுத்தவராக ''உப்புத்தூள் இருக்கு. வெளக்குங்க... வாங்க எந்திரிங்க...''

மெதுவாக எழுந்தவன் திண்ணையிலே காலைத் தொங்கப் போட்டு அமர்ந்தான். தொடர்ந்து அவனது கையைப் பிடித்து எழுப்பி நிற்க வைத்தார். வெளி முற்றத்தின் மூலையில் கழிப்பறையை ஒட்டி ஒரு வாளித் தண்ணீரும் பிளாஸ்டிக் 'மக்'கும் இருந்தன. முற்றத்து வெய்யிலில் அவன் நல்ல சிவந்த நிறமும் பாதி நரைத்த முடியுமாய் கண்களில் திசையின்றி சலனமற்ற முகத்துடன் தெரிந்தான். இயந்திரமாகப் பல் தேய்த்தான். ''பாத்ரூம்ல துப்புங்க'' என்றார் செல்லாயி. ''பாத்ரூம்' போவணும்ன்னா போய் வாங்க'' என்றார். அப்படியே செய்து அவன் வெளியே வரும்போது ''இது எம்மவனோட லுங்கி. நல்லாத் துவைச்சது. கட்டிக்கங்க'' என்றார். வீட்டுக்குள் சென்று உடை மாற்றினான். செல்லாயி கொடுத்த தேநீரை அருந்தினான். ''கவிச்ச சாப்பிடுவீங்கதானே?'' என்றார். மிக மெதுவாகத் தலையை அசைத்தான்.

தொலைக்காட்சி அலுவலகத்தின் வரவேற்பறை மிக நேர்த்தியா யிருந்தது. செந்தில் சற்று பதற்றமாக அமர்ந்திருந்தான். 'புரொடக்ஷன் மேனேஜர்' ஜெய குமார் மிகவும் விரட்டுவார் என்று

நேர்முகம் முடிந்து வேலை கிடைத்த உற்சாகத்தில் இருந்தபோது ப்யூன் சொன்ன தகவல். முதல் நாளை நல்லபடி ஓட்டிவிட்டால் போகப் போகப் பழகிவிடுவார் என்று பட்டது.

''மிஸ்டர் செந்தில்...'' வரவேற்பறையிலிருந்த பெண்களுள் ஒருத்தி அறிவிப்பதுபோல அழைத்தாள். எழுந்து அருகில் சென்றான். ''புரொடக்ஷன் மேனேஜரை பாருங்க.''

பவ்யமாகக் கதவைத் தட்டி மன்னிப்புக் கோரியபடி நுழைந்தான். 'வா, அமர்' என்று சைகையில் தெரிவித்தார். கம்ப்யூட்டரில் ஏதோ செய்து கொண்டிருந்தார். ''உன்னோட வேலை இங்கே என்னன்னு தெரியுமா? ஏற்கெனவே மூணு வருஷம் எக்ஸ்பீரியன்ஸ்னுதானே சொல்லியிருக்கே?''

''தெரியும் ஸார்.''

''நல்லது.'' தனது வலது கைப்புறமிருந்த தடிமனான ஒரு ஃபைலை எடுத்துப் போட்டார். ''பிரிச்சுப் பாரு...''

கையெழுத்துப் பிரதிகள். சிறுகதைகள். முதல் கதையின் தலைப்பு 'போதை' என்று போட்டிருந்தது. அதன் அருகே குறுக்காக 'அசைந்தாடும் மயில்' என்று எழுதியிருந்தது. ''ஸார், ஷார்ட் ஸ்டோரி கலெக்ஷன். முதல் ஸ்டோரி தலைப்பு 'போதை'. அது கிட்டே அசைந்தாடும் மயில்ன்னு எழுதியிருக்கே?''

''அது ஓபனிங் ஸாங்... 'அசைந்தாடும் மயில் ஒன்று காணும் - என் அழகன் வந்தானென்று சொல்வதுபோல் தோணும்' அப்படிங்கற க்ளாஸிகல் ஸாங். இந்த ஷார்ட் ஸ்டோரீஸ் எல்லாம் ஒரு ஸீரியலா வரப் போவுது. இது ஒரு வித்தியாசமான ப்ராஜக்ட். இந்த ஒரு எபிஸோடுக்கு நான் கைடன்ஸ் கொடுப்பேன். அடுத்ததுலே யிருந்து நீ தனியா பண்ணணும்... ஓகே?''

''கண்டிப்பா ஸார்.''

''இதோட ஸ்டோரியை முதல்ல மனசுக்குள்ளே வாசி. பிறகு வாய் விட்டு வாசிக்கணும்.'' ஜெயகுமார் யாருடனோ தொலைபேசியில் உரையாடத் துவங்கிவிட்டார். பிறகு எழுந்து வெளியில் சென்றார். வெகு நேரங்கழித்து வந்து ''வாய் விட்டு படிக்கலாமா?''

தலையை ஆட்டிவிட்டு படிக்கத் துவங்கினான்.

'இரவு மணி பத்து. குடித்து முடித்தவன் ஒவ்வொருவனாக கார்த்திக்கிடம் கைகுலுக்கி விடைபெற்றான்.'

ஜெயகுமார் ''ஸ்டாப். இது என்ன லொகேஷன்?''

''இன்டோர். டாஸ்மாக் பார்.''

''அப்போ பக்கத்தைப் புரட்டி அடுத்த லொகேஷன்லேருந்து படி.''

'அப்பாவின் இறுதி நாட்களில் அவர் படுத்த படுக்கையாகி விட்டார். பக்கவாதத்தில் வாய் குழறியது. அப்போதுதான் அவரின் சக ஊழியர்களில் ஒருவராக சுசீலா மேடத்தை சந்தித்தான். இளவயதில் அவர் நிறையவே அழகாக இருந்திருக்கக்கூடும்.'

''இந்த லொகேஷன்?''

''இன்டோர். வீடு.''

''குட். அடுத்ததை கண்டுபிடி.''

'வேலைக்குச் சேர்ந்ததும் சுசீலா மேடம்தான் அவனுக்கு ஹெட் க்ளார்க். தினசரி அவனுக்கு எதாவது சாப்பிடக் கொண்டுவருவார். நாலு பேர் கிண்டலடித்தபின் பொறுக்க முடியாமல் 'இதெல்லாம் இனிமே தராதீங்க. மறுக்க கஷ்டமா இருக்கு' என்றான்.'

செந்தில் படிப்பதை நிறுத்தி ''லொகேஷன் ஆபீஸ்'' என்றான்.

''வரிசையா நோட் பண்ணு. அடுத்தது?''

'இன்னிக்கி பிறகு நீ என்னைப் பத்தி என்ன வேணுமின்னாலும் நெனச்சுக்க. போய்க்கிட்டே பேசலாம்' என்று ஆட்டோவில் ஏறினாள் சுசீலா.

'மெயின் ரோடு' என்று குறித்துக்கொண்டே அவரிடம் சொன்னான்.

மெரினாவில் வட இந்தியர் என பல தலைகள். ஒரு காங்கிரிட் பென்ச்சில் கார்த்திக் உட்காரப் போனான். 'மணல்ல உட்காரலாம் வா' என்று கையைப் பிடித்து அழைத்துப் போனாள்.'

''டே எஃபெக்ட். லொகேஷன் மெரினா.''

'ஆஃபீஸ்ல என்னப் பத்தி என்ன பேசிக்கறாங்க?'

கார்த்திக் தலையைக் குனிந்து பதில் சொல்லாமல் அமர்ந்திருந்தான். 'பேசு கார்த்தி... சொல்லு.' அவனிடமிருந்து பதிலில்லை.

'நானே சொல்றேன். தேவிடியான்னுதானே?'

''இதும் அதே லொகேஷன்தான் ஸார். பிறகு...'' என்று முனகிய படியே செந்தில் நிறைய பக்கங்களைப் புரட்டினான்.

''ஒன் மினிட்'' என்று ஜெய குமார் அவனிடமிருந்த ஃபைலை வாங்கி பக்கங்களைப் புரட்டினார். ''இதுல நீ ஒண்ணு கவனிக்கணும். அவங்க மெரினாவுக்கு சுமார் ஆறு மணிபோல

வராங்க. வெகு நேரம் பேசறாங்க. கொஞ்சம் கொஞ்சமா 'டே எஃபெக்ட்'லேயிருந்து 'நைட் எஃபெக்ட்'டுக்கு மாறும். இப்பவே குறிச்சு வெச்சுக்கிட்டாதான் லைட்டிங் அதுக்கு ஏத்த மாதிரி செய்வாங்க. டே எஃபெக்ட் எங்கே முடியுதுன்னு பாக்கணும். இந்தப் பக்கத்தை படி'' என்று ஒரு பக்கத்தை எடுத்துத் தந்தார்.

'இதப் பாரு என்று தன் கழுத்திலிருந்த சங்கிலியைக் கழற்றிக் கொடுத்தாள். அதில் வட்ட வடிவ லாக்கெட் இருந்தது. 'அதப் பிரிச்சுப் பாரு' என்றாள். கார்த்திக்கின் கை லாக்கெட்டைத் திறக்கும்போதே நடுங்கியது. உள்ளே அவன் அப்பா படம். சிறிய வட்ட வடிவில்.'

''இந்த இடத்திலே கண்டிப்பா டே எஃபெக்ட் இருக்கு. அந்த அம்மா காமிக்கற லாக்கெட்ல உள்ள சின்ன ஃபோட்டோவை இந்தப் பையனால நைட்ல பாக்க முடியாது. அதுனால குறிப்பா நாம இந்த ஸீனை நோட் பண்ணிக்கணும். இதுக்குப் பிறகு பேசிக்கிட்டிருக்கற எந்த ஸீனையும் நைட் எஃபெக்ட்ல காட்டலாம். இதைப் படி'' என்று மற்றொரு பக்கத்தைக் காட்டினார்.

'நீ என் பையன் மாதிரி. தெரிஞ்சிக்கிட்டா தப்பில்லே.' அவன் வலது கை விரலைப் பற்றி ரவிக்கையைத் தோள் பட்டைப் பகுதியில் விலக்கி அங்கே அழுத்தி வைத்தாள். 'தொட்டுப் பாரு.' மரவட்டைபோல தழும்பு. 'நான் அழகா இருக்கறதுனாலே என்னை சந்தேகப்பட்டு தாலி கட்டினவன் போட்ட சூடு... இன்னும் உடம்பு முழுக்க இருக்கு.'

''இந்த இடத்துலேயிருந்து தொடங்கி ஸீன் முழுக்க நைட் எஃபெக்ட்தான்'' என்றார்.

''அடுத்தது இன்டோர் . டே எஃபெக்ட். ஆபீஸ் கான்டீன்'' என்றான் செந்தில் பக்கங்களைப் புரட்டியபடி.

'என்ன எதுக்கு மடக்கினே தம்பி. உங்க அப்பா மேலே இருக்கிற மரியாதையிலே உன்னை மதிச்சு அவனுகளை விட்டேன். உங்க அப்பா மாதிரி ஆரும் இப்போ தலைவரு கிடையாது. எல்லாம் சாதி வெறி புடிச்சவனுங்க.'

கதையின் மீதிப் பக்கங்களையும் புரட்டிய செந்தில் ''வேற லொகேஷன் ஏதுமில்லை ஸார்'' என்றான்.

''ஆக்சுவலா நாம இத ஸ்கிரிப்ட்டை வெச்சுக்கிட்டு செய்திருக்கணும். ராஜேந்திரன்னு ஒரு ரைட்டர். டைரக்டருக்கு ஃப்ரெண்டாம். அவர்கிட்டே முடிச்சுக் கொடுத்துட்டாரு. டைரக்டரு ஊர்லேயிருந்து வரும்போது ஸ்கிரிப்ட்டை தரேன்னாரு.''

முள்வெளி | 13

2

"இறைவன் உருவமற்றவனா?" "ஆம்."
"இறைவன் உருவமுள்ளவனா?" "ஆம்."
"இறைவன் ஆணா?" "ஆம்."
"இறைவன் பெண்ணா?" "ஆம்."
"இறைவன் குழந்தையா?" "ஆம்."
"இறைவனிடம் ஆயுதமுண்டா?" "ஆம்."
"இறைவன் விழாக்களை விரும்புவானா?" "ஆம்."
"இறைவன் விரதம் வேண்டுமென்றும் புலன் சுகம் வேண்டாமென்றும் சொல்லுவானா?" "ஆம்."
"இறைவன் குடும்பம் மனைவி உள்ளவனா?" "ஆம்."
"இறைவன் திருவோடு ஏந்தியவனா?" "ஆம்."
"இறைவன் கோவணமணிந்த துறவியா?" "ஆம்."

"இன்னும் மனித வாழ்க்கையைப் பிரதிபலிக்கும் பல வடிவங்களில் இறைவனை நாம் காண்கிறோம். இறைவன் எல்லாம் வல்லவன். இதை எல்லா மதங்களும் சொல்கின்றன. உருவமே இல்லாமலும் விதவிதமான வடிவங்களில் காட்சி தரவும் இறைவன் வல்லவன். மனித வடிவில் அவதாரம் எடுக்க வல்லவன். எல்லா உயிர்களிலும் உறைகிறவன். இப்படி நாம் புரிந்துகொள்ளும்போது தான் நமது குடும்பம் அதைவிட பெரிய சமுதாயம் என்ற இரண்டு இடத்திலும் இறைவனின் அம்சம் நாம்

செய்கிற எல்லாவற்றிலும் இருக்கும்படியாக நாம் வாழ்கிறோம். இறைவன் என்போல துறவியோ இல்லை உங்களைப்போல சம்சாரியோ இருவருக்குமே ஒரு போலதான். அவனை நாம் பக்தி செய்யும்போது அதன் பலன் நம் அன்றாட வாழ்க்கையிலேயே கிடைக்கிறது. தொடர்ந்து இறைவன் நாமத்தைச் சொல்லுங்கள். இறைவனை துதித்துப் பாடுங்கள். அவன் லீலைகளை வியந்து போற்றுங்கள். ஓம் சாந்தி.''

அரங்கத்திலிருந்து சிறு சலசலப்புடன் ஒவ்வொருவராகக் கலைந்து சென்றார்கள். சாமியாரைச் சந்திக்க மேடையில் இருந்த வரிசையில் சுப்பிரமணியமும் இருந்தார். சாமியாரிடம் ஆசீர்வாதம் வாங்கவே எஞ்சியோர் இருந்தனர். சிலர் அவரிடம் மெல்லிய குரலில் பேசியதும் ஓரிரு நிமிடங்கள்தான். ''சாமீ, என் பேரு சுப்பிரமணியம். ரியல் எஸ்டேட்டுதான் என் தொழில். மறைமலை நகர் கிட்டே நம்ம ஆசிரமம் எங்க கம்பெனிதான் பண்ணுனது.''

''நல்லது. நீங்க இதெல்லாம் ட்ரஸ்ட் செக்ரட்டரிகிட்டே பேசலாம்.''

''அதுக்கு இல்லை சாமீ... எங்க பார்ட்னர் ராஜேந்திரன் உங்களை வந்து பார்த்தாரா?''

''என்னை சந்திக்கிறவங்க யாரு கிட்டேயும் நான் பேர் கேக்கறது இல்லை. அவங்களா குறிப்பிட்டா உண்டு. ராஜேந்திரன்னு அறிமுகப்படுத்திக்கிட்டு பேசின மாதிரி நினைவில்லை.''

அதற்குள் ஆசிரமத்து ஊழியர் ஒருவர் சாமியார் காதோரமாக ஏதோ சொல்ல அவர் எழுந்து வரிசையிலுள்ளவர்களுக்கு வந்தனம் செய்து கிளம்பினார்.

''இந்தக் கதைத் தலைப்பு முதல் + இரவுன்னு போட்டிருக்கு. கதை முழுவதுமே ஒரே ஈமெயிலுக்குள்ளே வந்திடுது. ஒரே லொகேஷன்தான்.'' கேமரா மேன் ராஜு, புரொடக்ஷன் மேனேஜர் ஜெயகுமார் இருவரையும் பார்த்து பொதுவாகச் சொன்னான் செந்தில்.

''முதல் + இரவு தலைப்பு டீவி ஸீரியலுக்கு ஒத்து வருமான்னு தெரியலியே'' என்றான் ராஜு.

''ஒரு லெட்டர் மாதிரியோ பழைய நினைப்பு மாதிரியோ எழுதினாலும் ரெண்டு சிச்சுவேஷன் மூணு லொகேஷன் மாதிரி கொண்டுகிட்டு வரலாம். ஓபனிங் படிங்க.''

‘இரவு மணி பதினொன்று.

அன்பு ப்ரியா, நீ நிச்சயம் பார்த்தாக வேண்டும் என்பதற்காகதான் இதற்கு முந்தைய மெயிலுடன் என் திருமண அழைப்பிதழை அனுப்பியிருந்தேன்.’

‘‘லொகேஷனைக் குறிப்பிட்டு வர்ற பாராவை பிடிச்சு படிங்க.’’

‘மலைக்கோட்டை அடிவாரத்திலுள்ள கடைகளில் எத்தனை பாசி மணி மாலைகள், தோடுகள், கண் மை, ஸ்டிக்கர் பொட்டு, வளையல்கள், ‘க்ளிப்’புகள், கிரீம், பௌடர், மேக் அப் சாமான்கள் எல்லாம் வாங்கியிருப்போம்?’

‘‘புரட்டுங்க... அடுத்த லொகேஷன்?’’

‘சிவன் கோயில் பிராகாரத்தில் மறைவான சற்றே இருளான இடங்களில் தென்படும் ஜோடிகளைத் தொந்தரவு செய்யாமல் நமட்டுச் சிரிப்புடன் நகர்ந்த ப்ரியாவின் கண்கள் சிரிக்குமே?’

அடுத்தது?

‘பகல் வெய்யிலின் சூடு இன்னும் இறங்காத பாறையின் மீது அமர்ந்தபடி காவிரிப் பாலம் மீது மரவட்டைபோல ஊர்ந்து வரும் ரயிலை, எறும்புகளாய் ஆண்டார் வீதியிலும் புலிவார் ரோடுகளிலும் நம் கல்லூரி அருகிலும் தென்படும்...’

நிறுத்திவிட்டுப் பக்கங்களைப் புரட்டினான்.

‘கம்ப்யூட்டர் துறை எனக்கு வருமானத்தையும் படித்த, இங்கிதம் தெரிந்த ஆண் நண்பர்களையும் கொடுத்தது...’

‘‘அடுத்த அவுட்டோர் எது?’’ என்றான் ராஜு. தேடினான். ‘‘இன்டோர் அவுட்டோர் மாறி மாறி ஒரே பக்கத்தில் வருது ஸார்.’’

‘ஒரு நாள் இரவு உணவுக்குப் பின் அப்பா என்னைத் தன்னோடு வாக்கிங் வர முடியுமா என்று கேட்டார். நான் அவருடன் பேசியே பல நாட்கள் ஆகியிருந்தன. எனவே நான் மறுக்கவில்லை. அன்று அவர் என் அக்கா மற்றும் அண்ணன் குடும்ப விஷயங்களைப் பற்றிப் பேசியபடியே வந்தார். எனக்கு அவரைப் பார்க்கவே பரிதாபமாக இருந்தது. என் திருமணம் பற்றிப் பேசினால் நான் எதாவது ஹாஸ்டலுக்குப் போய்விடுவேனோ என்று அவர் பயப்படுகிறாரோ? ஒரு ‘ஐஸ் க்ரீம் பார்லர்’ வந்தது. ‘ஐஸ் க்ரீம் சாப்பிடுகிறாயா?’ என்று அவர் கேட்டபோது என்னைத் தூக்கிய

அந்த ஸ்பரிஸம் ஒரு கணம் வந்து போனது. கண் கலங்கிவிட்டேன். ஆனால் சமாளித்துக் கொண்டேன். அன்று இரவு நான் உறங்கிவிட்டேன் என நினைத்து மிகவும் மென்மை யாக என் தலையைத் தடவிக் கொடுத்துவிட்டுப் போனார்.'

''எனக்கு டைம் ஆயிடுச்சு ஜெயகுமார் ஸார்'' என்று ராஜு கிளம்பினான். செந்தில் அடுத்த இடத்தை அடையாளம் கண்டு வைத்திருந்தான். ''க்ளினிக் ஸார்.''

'அந்த லேடி டாக்டருக்கு நடு வயது இருக்கும். அம்மாவின் ஃபைலை மேஜை மீது வைத்து என்னிடம் பேச ஆரம்பித்தார்.'

''வேற லொகேஷன் எதுவும் இருக்கா செந்தில்?''

''இருக்கு ஸார். வீடு. பெட் ரூம் அல்லது டிராயிங் ரூம்.''

'முதலிரவில் அவரிடம் பழைய விஷயம் எதையும் பேச வேண்டாம் என்று அம்மா அறிவுரை கூறினாள். அவளுக்கு என்னைப் பற்றி எந்த அளவு தெரியும் என்று பதட்டமாயிருந்தது.'

''அவ்வளவுதானே?'' என்றார் ஜெயகுமார்.

''பால் வடியும் முகம் நினைந்து நினைந்தென் உள்ளம் பரவசமிக வாகுதே'ன்னு போட்டிருக்கு ஸார்.''

''ஓகே. அது ஓபனிங் ஸாங்.''

'அன்பு ராஜேந்திரன்,

தங்கள் மெயிலுக்கு சற்று தாமதமாகவே பதில் எழுதுகிறேன். இதற்காக நான் செயற்கையாக மன்னிப்புக் கோரவில்லை. என் தொழில் அப்படி. மனநல மருத்துவம் என்பது சிகிச்சைக்காக வருபவரின் பின்னணியையும் எந்த ஒரு குறிப்பிட்ட முனையில் ஒருவரின் மனப்பாங்கு சாதாரண வாழ்க்கையே அவருக்கு சாத்தியமில்லாமற் போனது என்று தொடங்கும் பரிசோதனை. இது மிகவும் காலம் எடுத்துக் கொள்ளும் பணி.

இதனாலேயே நான் நேரமின்மை என்னும் நெருக்கடியிலேயே எப்போதும் செயற்பட என்னைப் பழக்கிக் கொண்டிருக்கிறேன். என்னுடைய புதிய வீட்டின் மாதிரிகளை அந்தக் காரணத்தினா லேயே உங்களை மெயிலில் அனுப்ப வேண்டினேன். நீங்கள் இணைத்துள்ள மாதிரிகளை என் மனைவியுடன் கலந்து ஆலோசித்து விரைவில் எங்கள் முடிவைத் தெரியப்படுத்துகிறேன்.

கடவுள் சம்பந்தமான தமிழ்ப் பாடல்களை நீங்கள் மன அமைதிக்காக அடிக்கடி கேட்பதாகவும் ஆனாலும் மனம் அமைதியுறவில்லை என்றும் பொதுவாகக் குறிப்பிட்டிருக்கிறீர்கள்.

எனக்கும் இசையில் ஈடுபாடு உண்டு. மனநல மருத்துவம் இசையை மட்டுமல்ல வேறு எந்த ஒரு கலையையும் ஒரு மருந்தாக அங்கீகரிக்கவில்லை. உண்மையில் சில கலைஞர்களும் எழுத்தாளர்களும் வெவ்வேறு மன உச்சங்களில் இயங்கும் அபூர்வமான திறன் கொண்டவர்கள்.

உங்கள் அன்றாட வாழ்க்கை சிக்கலில்லாமல் செல்லும் பட்சத்தில் நீங்கள் இயல்பாயிருக்கிறீர்கள் என்றே கொள்ளலாம். மரியாதைகளுடன், ரவீந்திரன்.'

தெப்பக்குளத்தின் மீது நிலவும் அதன் அருகிலுள்ள மேகங்களும் பிரதிபலித்தன. தவளைகளின் சுறுசுறுப்பான ஒலி. வண்டுகளும் தட்டான் பூச்சிகளும் நிலவொளியை ஊடுருவிக்கொண்டிருந்தன.

"தம்பீ, எங்கிட்டெல்லாம் உங்களை தேடுறது... அய்யிருதான் கோயிலை பூட்டிக்கிட்டுப் போறப்போ சாயங்காலமே உங்களை கொளத்திலே பாத்தேன்னாரு... வாங்க தம்பி... இந்தக் கொசுக்கடியிலே எதுக்கு உக்காந்திருக்கீங்க?" செல்லாயி ராஜேந்திரனை எழுப்பினார்.

சலனமற்ற அவன் முகபாவத்தை அவர் இருளில் காண இயன்றிருக்காது. அவன் தோளைத் தொட்டு "எந்திரிங்க... எந்திரிங்க" என்று குரலை உயர்த்தவும் மெதுவாக எழுந்து அவருடன் படிகளில் ஏறினான்.

3

அறையின் மூன்று பக்கமும் பால்கனி. ஹாலிலிருந்தும் இரண்டு பால்கனிக்குக் கதவு உண்டு. அந்த இரண்டு பால்கனியில் மட்டுமே செடி கொடிகள். ஒரு பால்கனியில் பூந்தொட்டிகள், பூ பூக்கும் கொடிகள். இன்னொரு பால்கனியில் பூ இல்லாத செடி வகைகள், துளசி, போன்ஸாய் செடிகள், உயரமாக வளரும் வரை பால்கனியில் இருக்கும் மரக் கன்றுகள். மூன்றாவது பால்கனியில் நிறைய சிமெண்ட் நாற்காலிகள், சிமெண்ட் 'பென்ச்'கள், அது அறையிலிருந்து மட்டும்தான் திறக்கும். அறைக்குள்ளே புத்தக அலமாரி, மேஜை, கம்ப்யூட்டர், சிறிய திவான்.

இந்த வடிவத்தை ராஜேந்திரன் முன் வைத்தபோது புதுமையானது என்பதாலேயே பிடித்துப் போனது. இப்போது மணிக்கணக்கில் உட்கார்ந்து எழுத, வாசிக்க, வெவ்வேறு படக் குழுக்களுடன் விவாதிக்க எவ்வளவு வசதியாக இருக்கிறது. இந்த அறையில் 'டெஸ்க் டாப்' கம்ப்யூட்டர், பிராட் பேண்ட், விவாதிக்க வருவோருடன் பேசும்போது 'லாப் டாப்' பயன்படுத்தினால் அது வயர்லெஸ் 'பிராட் பேண்ட்'டுடன் இணைந்துகொள்ளும். இவ்வளவு அக்கறையும் கற்பனையும் ஈடுபாடும் ராஜேந்திரன் மீது கவனத்தை ஈர்த்தன.

எத்தனையோ நாட்கள் நேரம் போவதே தெரியாமல் பேச வாய்த்தது. எழுத முடியும், எழுத வேண்டும் என்று ஒரு கதவை அவருக்குள் திறக்க முடிந்தது. ஒவ்வொரு கதையாக உருவாகும் போது அந்தக் குழந்தைத்தனமான சந்தோஷத்தைப் பார்க்கும் கொடுப்பினை இருந்தது. நல்ல நட்பாக இருந்த பின் என்ன ஆனது

அவருக்கு? அழவே கூடாது என்னும் வைராக்கியத்தை உடைத்து விட்டாரே? துளிர்த்த கண்ணீரைத் துடைத்துக்கொண்டாள் லதா. ராஜேந்திரனின் எண்ணை மறுபடியும் முயன்றாள். 'ஸ்விட்ச்ட் ஆஃப்'. ஜெயகுமார் எண்ணில் பதிலில்லை. ஜெயகுமார் சற்று நேரத்தில் அழைத்தார். ''ஸாரி மேடம்.''

''இட்ஸ் ஓகே. டிஸ்கஷன் எப்படி போயிட்டிருக்கு?''

''டிஸ்கஷன்னு ஸீரியஸா செய்யலை மேடம். டைரக்டர் அவுட்டோரிலேருந்து இன்னும் வரலே. ஸ்கிரிப்ட்டை ராஜேந்திரன்னு ஒருத்தர் டைரக்டர் கிட்டே கொடுத்துட்டாரு. ஸார் வந்ததும் ஒர்க் ஸ்டார்ட் ஆகிடும் மேடம்.''

''அப்போ என்னதான் பண்ணிக்கிட்டுருக்கீங்க?''

''மொதல்ல லொகேஷன் எத்தனைன்னு தெரிஞ்சா ஒரு எஸ்டிமேட் போடலாம்ன்னு... செந்தில்ன்னு ஒரு பையன் இந்த ப்ராஜக்ட்ல அஸிஸ்ட் பண்ணறாரு.''

''ஆளு எப்டி?''

''சுமாரா இருப்பான்.''

''சரி, இன்னிக்கி நான் ரெவ்யூ பண்ணறேன்.''

''எங்கே வரட்டும் மேடம்?''

''பிறகு சொல்றேன்.''

''ஐயா, செல்லாயிக் கிழவி வந்திருக்கு.''

''உள்ள வரச் சொல்லு.''

''கூட ஒரு ஆளும் இருக்காரு.''

''அவரையும் வரச் சொல்லு.''

சிறிது நேரத்தில் செல்லாயி மட்டும்தான் உள்ளே வந்தார்.

''என்ன விஷயம்மா? ஆரைக் கூட்டிக்கிட்டு வந்திருக்கீங்க? உம்மவனா?''

''இல்லீங்கைய்யா. ஆரோ பெரிய இடத்துப் பிள்ளே... நம்ம கோயிலுல இருந்தவரை என் கிட்டே கொண்டுவந்து விட்டுட்டாங்க. பயந்த மாதிரி இருக்காரு. எதுவும் பேச மாட்டேங்கறாரு.''

உடையார் எழுந்து வெளியே வந்தார். ராஜேந்திரன் ஒரு நாற்காலியில் எங்கோ நிலைத்த பார்வையுடன் இருந்தான்.

"பையில சட்டையில ஏதேனும் விலாசம் இருந்ததா?"

"இல்லீங்கைய்யா..."

"மொபைலு?"

"இருந்திச்சி. ஆனா அதுக்குள்ளே ஏதோ கார்டு இருக்கும் அது இல்லேன்னு பெரியசாமி மவன் ராச வேலு பாத்துட்டு சொன்னான்."

"போலீஸ்ல சொல்லி விசாரிக்க ஏற்பாடு பண்ணறேன்ம்மா... சரியா?"

"கால் போன போக்கில எங்கிட்டாச்சும் போயிடுது தம்பி."

"இந்த மாதிரி ஆளுங்க ரொம்ப தூரம் போவ மாட்டாங்க. நீங்க நம்ப பசங்க கிட்டே சொல்லுங்க. தேடிக் கொண்டாந்திடுவாங்க. எப்படியும் அவங்க குடும்பம் கொஞ்ச நாளிலேயே தேடி வந்திடுவாங்க. கவலப்படாதீங்க."

"கும்புடறேன்யா" செல்லாயி நகர்ந்தார்.

மிகவும் சிறிய கோயில். சுவரின் மீது இடது பக்கம் மதுரை வீரன் சாமி இரு மனைவிகளுடன். வலது பக்கம் கருப்பண்ணசாமி படம். கீழே இரும்பு ஆணிகள் பதித்த ஒரு ஜோடி இரும்பு செருப்புகள். வலது பக்கம் கூர்முனை நம்மைப் பார்க்கும்படி வைக்கப்பட்ட ஆளுயர அருவாள். அதன் உள் வளைவு முனைப் பகுதியில் எலுமிச்சம் பழம் அழுத்தி வைக்கப்பட்டிருந்தது, அதனருகில் திரிசூலமிருந்தது. கற்பூரம் எரிந்து முடிந்த கறுப்புப் படிந்த வெண்கலத் தட்டிலிருந்த திருநீறை ராஜேந்திரன் முகத்திலிட்டு, கொஞ்சம் திருநீறை விரலில் வைத்து அவன் முகத்தில் ஊதினார் செல்லாயி. "ஆரோ செய்வெனை வெச்சதில நீங்க சிரமப்படறீங்க. வாங்க தம்பி" என்று கையைப் பிடித்து அழைத்துச் சென்றார். குளத்தை ஒட்டி ஓரிரு ஆடுகள் மேய்ந்து கொண்டிருந்தன. ஒரு மாடு படுத்துக் கொண்டிருந்தது. பறவைகள் மரங்களையோ மாடங்களையோ நோக்கித் திரும்பிக் கொண்டிருந்தன.

ஜெயகுமாரும் செந்திலும் அடையாறு காந்தி நகரில் அடையாறு நதியை ஒட்டி இருந்த ஒரு தெருவில் அந்தக் குடியிருப்பைக் கண்டுபிடிக்க சற்றே சிரமப்பட்டார்கள்.

மூன்றாவது மாடிக்குப் படிகள் ஏறிச் செல்வது அயர்ச்சியா யிருந்தது. சந்திரிகா.எம்.ஏ., தலைமை ஆசிரியை (ஓய்வு),

அடையாறு மேல்நிலைப் பள்ளி என்று வீட்டின் கதவில் பதாகை கூறியது. கதவு திறந்தபோது லதாவும் சந்திரிகா அம்மாளும் வரவேற்பறையில் அமர்ந்தபடி பேசிக் கொண்டிருந்தனர். ஜெயகுமார் சந்திரிகாவுக்கு வணக்கம் தெரிவித்தார். ''மேடம் என்னோட டீச்சர். எனக்காக நம்மோட ஸீரியல்ல நடிக்க ஒப்புக் கிட்டிருக்காங்க.'' சந்திரிகா சற்றே குள்ளமாகவும் கறுப்பாகவும் இருந்தார். குறிப்பாக லதாவின் நிறமே அவரை இன்னும் கறுப்பாகக் காட்டியதாகத் தோன்றியது.

''மிஸ். முதல்ல நாங்க எல்லாருமே நீங்க எங்க ஸீரியல்ல நடிக்க ஒத்துக்கிட்டதுக்கு தேங்க்ஸ் சொல்றோம்.''

''அந்தக் காலத்துல உன்னை ஸ்கூல்ல டான்ஸ், பாட்டுன்னு எவ்வளவு ஆட்டி வெச்சிருக்கேன். நவ் இட் இஸ் யுவர் டர்ன்.''

''ஒவ்வொரு ஸீரியல்லே ஒரு ஷார்ட் ஸ்டோரி வர்ற மாதிரி ஓபனிங் ஸாங், ஒவ்வொரு தடவையும் ஒரு தமிழ் க்ளாஸிகல் ஸாங் வரும்.''

''நான் வர்ற எபிஸோடுக்கு என்ன ஸாங்?''

''புல்லாய்ப் பிறவி தர வேண்டுமே...'' லதா தொடங்கினாள்.

''புனிதமான பல கோடி பிறவி தந்தாலும் பிருந்தாவனமதிலொரு புல்லாய்ப் பிறவி தர வேண்டுமே...'' சந்திரிகா தொடர்ந்தார்.

''எப்படி அந்தப் பழைய பாட்டையெல்லாம் இன்னும் ஞாபகம் வெச்சிருக்கே லதா?''

''எல்லாப் பாட்டுமே இன்டர்நெட்லே இருக்கு. நெறைய தடவை கேட்டு மறந்த அடியையெல்லாம் ஞாபகப்படுத்திக்குவேன்.''

''எனக்கு டீச்சர் ரோல்தானே?''

''இல்ல மிஸ். ஃபர்ஸ்ட் நான் ஸ்டோரியில நீங்க வர்ற போர்ஷனை மட்டும் படிக்கறேன். அதிலேயே புரியும். டைட்டில் நெடுஞ்சாலை.'' உடனே செந்தில் கையில் இருந்த பிரதியை லதாவிடம் நீட்டினான். லதா படிக்கத் துவங்கினாள்.

'இரவு மணி பன்னிரண்டு. மார்கழி மாதப் பனி அடர்ந்த காற்றில் அந்த ஜீப்பின் முன் விளக்குகளின் ஒளி வழக்கத்தை விட மங்கலாகவும் மேடு பள்ளங்கள் நிறைந்த அந்த கிராமத்துச் சாலையில் ஆடி அசைந்தபடியும் விழுந்தது. பூச்சிகள் அந்த

வெளிச்சத்தில் புகுந்து மறைந்தன. திடீரென வண்டி நின்றது. ''ஏ கெளவி நில்லு.''

கிழவி கையில் லாந்தர் விளக்கு. குளிருக்கு இதமாகவோ என்னவோ சிறுவன் தலையின் பின்புறம் ஒரு சாக்குப் பை முதுகு வரை தொங்கிக் கொண்டிருந்தது.

''நடு ராத்திரியிலே எங்கேம்மா போறே?'' ஜீப்பிலிருந்து குரல் அதட்டியது.

''கும்புடறேனுங்க சாமீ... மெட்ராஸுக்குப் போன இவனோட அண்ணன் இன்னும் வரலீங்க. அதான் லாந்தர் எடுத்துக்கிட்டு ரோடு வரையில போயிப் பாத்துட்டு வரலாமின்னு...''

''ஆம்பளப் பய வரலேயின்னு கெளவி நீ கெளம்பிட்டியாக்கும்... பக்கத்தில வா...'' கிழவி பயந்தபடி ஜீப் அருகில் சென்றார். சட்டைப் பையிலிருந்த ஒரு ஃபோட்டோவை போலீஸ் டிரைவர் எடுத்துக் கொடுக்க, ''டார்ச்சை அடி'' என்றார் இன்ஸ்பெக்டர். ''இந்த ஆளை உங்க ஊரில எங்கேயும் பாத்தியா?'' தாடியும் மீசையுமாய் ஒரு ஃபோட்டோ. ''இல்லீங்க ஸார்.'' ''சரி, போ...''

சந்திரிகா குறுக்கே ஏதோ கூற முயன்றார். லதா படிப்பதை நிறுத்திவிட்டு ''முழுசா படிக்கப் போறதில்லே. உங்க ஸீன் இன்னொண்ணு வரும். அதை படிக்கறேன்'' என்று தொடர்ந்து படித்தாள்.

'ஒரு வழியாக தேசிய நெடுஞ்சாலை நெருங்கியது. வாகனங்கள் இரைச்சலும் விளக்கொளியும் அவ்விருவரும் இது வரை நடந்து வந்த நிசப்த சூழலுக்கு முற்றிலும் மாறாய் இருந்தன.

சாலையை நெருங்க நெருங்க தங்களைப் போலவே இன்னும் பலர் விரைந்து கொண்டிருப்பது தெரிந்தது. ''டேய் சின்னா, இப்பதான் வர்றியா?'' பரிச்சயமான குரலைக் கேட்டு பேரன் திரும்பினான். அது அவனது பள்ளித் தோழன் அடைக்கலம். அவன் தலையின் மீது பெரிய தேக்ஸா.

''உள்ளே என்ன தண்ணியாடா?'' என்றான் சின்னா.

''இல்லடா அரிசி'' என்றான் அடைக்கலம். அவனும் இன்னும் பலரும் தலைச்சுமையுடன் ஊருக்குத் திரும்பிக் கொண்டிருந்தார்கள்.

ஆயா சின்னய்யன் கையைப் பற்றியபடி மேடான தேசிய நெடுஞ்சாலையை மூச்சு வாங்கியபடி அடைந்தார். ஒரு லாரி

புளிய மரத்தின் மீது மோதி முன் பக்கம் மோசமாகச் சிதைந்திருந்தது. ஒற்றை முகப்பு விளக்கு மட்டும் இன்னும் எரிந்து கொண்டிருந்தது. அதன் மேலிருந்த கயிறுகள் அறுந்து தொங்க மூட்டைகள் சரிந்து கீழே கிடந்தன. ஓரிரு மூட்டைகளிலிருந்து அரிசி கொட்டியபடி இருந்தது. நிறைய இரண்டு சக்கர வாகனங்கள். அவற்றின் மீது ஒரு மூட்டையையே ஏற்றும் முயற்சியில் பலர். ''மினி வேனெல்லாம் திரும்பிப் போப்பா. ஆளுக்கு ஒரு மூட்டையின்னு அள்ளிக்கினா ஓகே.'' ஒருவர் உரத்த குரலில் கத்தினார்.

''இந்த லாந்தரைப் புடி'' என்று அவனிடமிருந்த சாக்குப் பையை வாங்கி ஆயா கூட்டத்தில் புகுந்தார். சின்னா லாரியின் முன் பக்கத்தைப் பார்க்க நகர்ந்தான். முன் பக்கத்தை நெருங்கும்போது படுத்திருந்த யாருடைய காலையோ இடறிவிட்டதாகத் தோன்றியது. லாந்தரைக் கீழே வைத்துவிட்டு குனிந்து பார்த்தான். லாரி டயருக்குக் கீழே ரத்த வெள்ளத்தில் ஒரு பிணம் தெரிந்தது.'

4

‘‘ராஜேந்திரன் ஊருக்குள்ளே இருக்கறப்போ சுமாராதான் தகவல் தந்தீங்க. அவரு காணாமப் போன பிறகு உங்களாலே ஒரு தகவலும் தர முடியலியே?’’ மகேந்திரன் எரிச்சலுடன் கேட்டான்.

‘‘அவரா இஷ்டப்பட்டு எங்கேயோ போயிருக்காரு. அவ்வளவு தான் சொல்ல முடியும்.’’

‘‘ரொம்ப நல்லாயிருக்கு. உங்களுக்கு வசதியா ஒரு பதிலைச் சொல்லாதீங்க. ராஜேந்திரன் என் சொந்தத் தங்கச்சி புருஷன். வேற பொம்பளைங்க யாருக்கும் அவனுக்கும் தொடர்பு இருக்கான்னாக்க நிச்சயமா சொல்ல முடியலேன்னுட்டீங்க...’’

‘‘ஸார், ராஜேந்திரன் பிஸினஸ் விஷயமா எத்தனையோ பேரை சந்திக்கிறாங்க. இதுக்கு மேலே எங்களாலே கண்டுபிடிக்க முடியலே.’’

‘‘அப்புறம் ஏன் டிடெக்டிவ் ஏஜென்ஸி வெக்கறீங்க? அவரோட ஈமெயிலை ‘ஹாக்’ பண்ணச் சொன்னேனே? செஞ்சீங்களா?’’

‘‘ஸார், அவுரு உங்களுக்கு மெயில் அனுப்புற ஐடியை ஓபன் பண்ணினோம். அதுல ரிலேடிவ்ஸை மட்டும்தான் டீல் பண்ணி யிருக்காரு. பிஸினெஸ்ஸுக்கோ மத்தபடி பர்ஸனலாகவோ வேற ஐடி வெச்சிருக்கலாம். டீடெயில்ஸ் தெரியல.’’

‘‘சரி, அவரை கண்டுபிடிங்க.’’

‘‘ஸார், சென்னைக்கு வெளியில அவரு இருக்காருங்கற அளவு தெரியுது. அவருடைய ஃப்ரெண்ட்ஸ் கிட்டேயும் விசாரிச்சிக் கிட்டிருக்கோம். கூடிய சீக்கிரம் கண்டுபிடிச்சிடுவோம்.’’

"ஹல்லோ ராஜேந்திரன் எப்படி இருக்கீங்க?"

"குட். உங்களை பாக்கலாம்னு தோணிச்சு."

'ஷ்யூர். இன்னிக்கி முழுக்க திருவான்மியூர் பீச்தான் லொகேஷன். வாங்க."

திருவான்மியூர் கடற்கரை மாலை நான்கு மணி முதலே நடைப் பயிற்சி செய்பவர்களால் களை கட்டிக் கொண்டிருந்தது. தான் மட்டும் கேட்கிற மாதிரி சிலர் காதிலிருந்து 'ஐ பாட்'டுக்கு ஒயர்களை மாட்டியிருந்தனர். சிலர் மொபைலிலிருந்து ஒயரே இல்லாமல் 'ப்ளூ டூத்'தில் பேசியபடி நடந்தனர். சிலர் குட்டிச் சுவரின்மீது அமர்ந்து அகப்பட்டவர்களுடன் பேசிக் கொண்டிருந்தனர். உதிரியாக மணல் நெடுக ஏகப்பட்டவர் அமர்ந்திருந்தனர். கட்டு மரங்கள், 'மோட்டர் போட்'டுகள், தூரத்தில் ஒரு கப்பல்.

"ராஜேந்திரன் ஸாரா..." வெள்ளை பேன்ட் சட்டை அணிந்த ஒருவன் அழைத்தான். "மேடம் ஸ்பாட்டுல இருக்காங்க. வாங்க."

நடைப் பயணிகளின் குறுகிய சாலையை ஒட்டி அவர்கள் உள்ளே சென்றார்கள். போர்ட்டிகோவில் பளீர் வெளிச்சமும் கேமராவும். ஒரு கார் முன்னேயும் பின்னேயும் நகர்ந்து கொண்டிருந்தது. வலது பக்கம் நோக்கிக் கையால் சைகை காட்டினான் வெள்ளைச் சட்டை. மாடிப் படிகள். முதல் மாடி தாண்டி, இரண்டாம் மாடிப் படி முடிவில் மொட்டை மாடிக் கதவு திறந்திருந்தது. ராஜேந்திரனை விட்டு விட்டு அவன் கீழே இறங்கிச் சென்றான்.

மொட்டை மாடியில் மூன்று நான்கு பிளாஸ்டிக் நாற்காலிகள் வரிசையின்றி இருந்தன. பெரிய தளம். காற்றில் பறக்கும் தலைமுடியை ஒதுக்கியபடி லதா யாரோடோ ஃபோனில் பேசிக் கொண்டிருந்தாள்.

கூர்மையான சிறிய மூக்கு. அதற்கேற்ற சிறிய மூக்குத்தி. முகத்தில் பரவும் புன்னகை. அதுவே கண்களிலும். மெலிந்த தோற்றம் அவள் வயதை யூகிக்கவே விடாது. எதற்காக என்னைப் பார்க்க வந்தீர்கள் என்றால் எங்கிருந்து தொடங்குவது?

மொட்டைமாடி வாயிலில் நிழலாடியது. லதாவின் உதவியாளர் அவள். ஏற்கெனவே லதா வீட்டில் அவளைப் பார்த்திருக்கிறான். அவள் லதாவின் கண் படும் இடத்தில் பேசி முடிக்கும் வரை காத்திருப்பதாக நின்றாள்.

'அன்பு நண்பரே, இரண்டு நாட்கள் முன்பு நீங்கள் திருவான்மியூரில் எங்கள் 'ஷூட்டிங் ஸ்பாட்'டுக்கு வந்திருந்தீர்கள். இங்கிதமாகவோ அல்லது எரிச்சலுற்றோ நீங்கள் எப்போது திரும்பிப் போனீர்கள் என்று கூட கவனிக்க இயலாத வேலைப் பளு. சரி, எனக்கு நினைவிருக்குமளவு உங்கள் கதைகளை நானே கேட்டு வாங்கி, கருத்துக் கூறாதது உங்களை வருத்தப்படுத்தி இருக்கும். ஆனால் நான் முனைவதே இல்லை. இந்த மெயிலைக் கூட சற்று தாமதமாக தான் எழுதுகிறேன். உங்கள் கதைகளில் கொஞ்சம்தான் படித்திருக் கிறேன். 'தாயுமானவள்' கதையில் எனக்குப் பிடித்த பகுதிகளை நீங்கள் அனுப்பிய 'யூனி கோட்'டிலிருந்து கீழே வெட்டி ஒட்டியிருக்கிறேன். வாழ்த்துகள்.'

இரவு மணி ஒன்று.

சசிகலா படுக்கையை விட்டு எழுந்து குளியலறைக் கதவைத் திறந்து ஆடையை நீக்கி கண்ணாடியில் அடிவயிற்றைப் பார்த்தாள். சற்றே மேடிட்ட மாதிரி இருந்தது. உள்ளே இருப்பது ஆணோ பெண்ணோ என் குழந்தை. கர்ப்பம் தரித்ததாலேயே நான் இப்போது தாய்தான். உள்ளே ஒரு உயிர் வளர்ந்து கொண்டிருக்கிறது. அந்த இடத்தை ஆசையாய்த் தடவிக் கொடுத்தாள். விரல்கள் நடுங்கின. உண்மையில் என் விருப்பம் என்ன? 'மாடல்' ஆகவும், வரும் நாளில் புகழ் பெற்ற 'ஃபேஷன் டிஸைனர்' ஆகவும் உருவாகும் என் லட்சியத்தை ஏன் கைவிட வேண்டும்? இந்த முறை இல்லாவிட்டால் மறுபடி கருத்தரித்துக் குழந்தை பெற்றுக் கொள்ள முடியாதா? நாளை காலை கருவைக் கலைக்க எல்லா ஏற்பாடும் செய்தாகிவிட்ட நிலையில் ஏன் இந்த மனப் போராட்டம்?

ஹாலுக்கு வந்து மொபைலைக் கையிலெடுத்தாள். கடிகாரத்தைப் பார்த்துவிட்டு திரும்ப வைத்தாள். சோபாவில் அமர்ந்து மொபைலையே உற்றுப் பார்த்தாள். பிறகு அதை எடுத்து டயல் செய்தாள்.

''மஞ்சு... திஸ் ஈஸ் சசீ. ஹாவ் ஐ வோகன் அப் யூ? ஸாரி...''

''கம் மான் சசீ... காலேஜிலேருந்து இன்னி வரை நான் எப்போ நைட் ரெண்டு மணிக்கி முன்னே பெட்டுக்குப் போயிருக்கேன்? தென்? பெங்களூர் ஃபேஷன் பேரேடுக்கு செலக்ட் ஆயிட்டியாமே? லல்லி சொன்னா... கன்கிராட்ஸ்.''

''தேங்க்ஸ் மஞ்சு... ஆக்சுவலி நான் அதைப் பத்திதான் ஜஸ்ட் உன்னோட கவுன்ஸலிங்க்காக இப்ப ஃபோன் பண்ணேன்.''

''வாட்? கவுன்ஸலிங்? என்னை எதுக்கு ஆன்ட்டி ஆக்கறே? நாம ஃப்ரண்ட்ஸ்... கம் ஆன்.''

''ஐயாம் ப்ரெக்னன்ட் மஞ்சு...''

மறுமுனையில் பதிலில்லை.

''மஞ்சு, ஆர் யூ தேர்?''

''யா... ஜஸ்ட் எப்படி ரியாக்ட் பண்றதுன்னு தெரியல... எவ்வளவு மன்த்ஸ் ஆகுது?''

''டென் வீக்ஸ்.''

''பட் பெங்களூரு ஃபேஷன் ஷோவுக்கு இன்னும் ரெண்டு மாசம் இருக்கே...''

''யா... யூ காட் த பாயிண்ட்.''

''என்ன டிஸைட் பண்ணியிருக்கே?''

''இன்னும் ஃப்யூ அவர்ஸ்ல அபார்ட் பண்ணலாம்னு...''

''கரெக்ட், திஸ் கேன் வெயிட்... யூ வோன்ட் கெட் அனதர் சான்ஸ் லைக் திஸ்... கோ அஹெட்.''

''பட்... முதல்ல அஸ்வின் ஒத்துக்கிட்டான். இப்ப தகராறு பண்ணறான்.''

''ஒய்?''

''அவனோட பேரன்ட்ஸ்கிட்டே சொல்லாதேன்னு ப்ராமிஸ் கேட்டேன். சரின்னான். இப்ப உளறிட்டான். நேத்திக்கி ஒரே தகராறு. குழந்தை வேணுமாம்.''

''டெல் ஹிம் இட் ஈஸ் மை ஃப்ரீடம், மை லைஃப்... அண்ட் மை கேரியர்...''

''ஓகே மஞ்சு... இப்போ எனக்கே தப்பு பண்ணறோமோன்னு நடுங்குது'' சசி அழத் துவங்கினாள்.

''லுக் சசி... என்ன வில்லேஜ் கேர்ள் மாதிரி அழறே? ஹீ ஈஸ் என்க்ரோசிங் யுவர் டொமேன். கோ அஹெட். இந்த ரப்பிஷ் சென்டிமென்ட்டாலதான் நம்ம மம்மியெல்லாம் லைஃபையே தொலைச்சாங்க.''

"புரியுது" தொடர்ந்து அழுதாள் சசி.

"முதல்ல அழுகையை நிறுத்து. இட்ஸ் நாட் த பேபி அட் ஸ்டேக். இட்ஸ் யுவர் ஃப்யூச்சர். அண்ட் யுவர் ட்ரீம்ஸ் சசி... டோன்ட் பி ஸ்டுப்பிட்."

"தேங்க்ஸ்... ஐ வில் கால் யூ லேட்டர்... குட் நைட்."

"குட் நைட்."

ஸ்ரீரங்கம் ரயில் நிலைய நடை மேடை நீண்டிருந்தது. தண்டவாளங்களில் சூரிய ஒளி பிரதிபலித்துத் தகதகத்துக் கொண்டிருந்தது.

மிக அருகே உள்ள தண்டவாளத்தின் இரும்பு தனியாகவும் சிறு பிரதிபலிப்பு தனியாகவும் அடையாளம் காண முடிந்தது. தள்ளிப் போகப் போக தகதகக்கும் வெள்ளி போன்ற ஒளியே தெரிந்தது. காவிரி ரயில் பாலத்துக்கு முன் உள்ள வளைவு தனியே தெரியவில்லை.

ஒளியால் ஒரு பாதையைப் பற்றிக்கொண்டு தன் மீது மேலும் ஒளி ஏற்றிக்கொள்ள இயலும். ஒளியும் ஒளிர்வும் வேறுபடும் புள்ளி அது எதைப் பற்றிக்கொண்டது என்பதுதான். ராஜேந்திரன் நடை மேடையிலிருந்து தண்டவாளத்தில் இறங்கி நின்றான். ஒளிர்வு பன்மடங்காகி மிக அருகிலும் வந்து கண்கள் கூசின. தான் எதிர்கொள்வதை வைத்து ஒளி தன் திசையைத் தீர்மானிக்கிறது. எண்ணற்ற தோற்றங்களில் வடிவில் ஒளி அசலாகவும் பிரதி பலிப்பாகவும் இரண்டின் கலவையாகவும் வெளிப்படுவதில் பெருமிதம் கொள்கிறது. ஒளியை வழிபட்டாலும் இல்லை யென்றாலும் அதன் முடிவே இறுதி. இருளின் இருப்பே ஒளி ஒளிந்து கொள்வதில்தான். ஒளிதான் ஒரே ராஜா. எல்லா இடமுமே ஒளியின் ராஜ்ஜியம்தான். சுறுசுறுப்பான உலகத்தை விட்டு ஓரமாக எதுவும் செய்யாமல் உட்காரு என்பவரும் உள்ளொளி என்றுதான் பேசுகிறார்கள். என்னுடைய தோற்றம் உன்னுடைய தோற்றம் எல்லாமே ஒளியின் தயவுதான். நானும் நீயும் தோற்றங்களும் மாயை என்றால் அது ஒளியின் பிள்ளைதான். ஒளியின் பிள்ளை மாயை. உதட்டு ஓரச் சிரிப்புடன் மேலே நடந்தான்.

"புடியா அந்த ஆளை..." ரயில்வே போலீஸ் கத்திக்கொண்டே ஓடி வந்தார். ரயில்வே கேட் அருகே இருந்த இரு ஆண்கள் ராஜேந்திரனைப் பாய்ந்து பக்கவாட்டில் இழுத்தார்கள். ஒரு கூட்ஸ் வண்டி விரைந்து மறைந்தது.

''உன் பொண்டாட்டியும் புள்ளே குட்டிகளும் எங்கே இருக்காங்களோ... யாரோ வெச் ச செய்வென நீ இப்டி திரியறே... ரயிலுல அடிபட்டா ஆருப்பா பதில் சொல்லுறது? இருக்கறத வெச்சு ஏதேதோ ஆக்கிப் போடுறேன். என்ன சாதி என்ன குலமின்னு பாக்காம ஆரு ஊட்டுல வேணுமின்னாலும் சாப்பிடுறே...'' செல்லாயி புலம்பினார்.

''வணக்கம் மேடம்...'' நடுவயது தாண்டியவர் கை கூப்பினார். கூடவே பத்து வயது மதிக்கத்தக்க பெண் குழந்தை.

''ஐ நோ. ஷி இஸ் வெரி க்யூட் அண்ட் டாலன்டட்'' லதா அவளை அணைத்துக் கொண்டாள். ''ஸார்... வீ யார் ஆன் அ யுனீக் ப்ராஜக்ட். ஒரு வித்தியாசமான ஸீரியல் டிவியில வரப் போகுது. ஒவ்வொரு வாரமும் ஒரு தமிழ் க்ளாஸிகல் டைட்டில் ஸாங். உங்க டாட்டருக்கு 'குறையொன்றும் இல்லை மறைமூர்த்தி கண்ணா' பாட்டு தெரியுமா?''

''செமி ஃபைனல்ல அவ வின் பண்ணினதே அந்தப் பாட்டுதான் மேடம். பாடும்மா...''

''குறையொன்றும் இல்லை மறைமூர்த்தி கண்ணா... குறை யொன்றும் இல்லை கண்ணா...'' உடனே தரையில் அமர்ந்து தாளமிட்டபடி குழந்தை பாடத் துவங்கியது.

பத்து வயதில் எல்லாமே குறையின்றிதான் இருந்தது. அம்மாவை முன்மாதிரியாக எளிதாக ஏற்க முடிந்தது. அப்பாவைதான் புரிந்து கொள்ள முடியவில்லை.

அப்போது இருந்த பிடிமானங்களில் துணி உடுத்தி மகிழ்வதும் நகை அணிந்து மகிழ்வதும் மட்டும்தான் இப்போது எஞ்சியது. 'பார்பி பொம்மைகள்' காலாவதியாகிவிட்டன.

சைக்கிள் ஓட்டியது பெருமிதமாக இருந்தது. தோழிகளுடன் மணிக்கணக்கில் பேச விஷயம் இருந்தது. அம்மா சிறு வயது முதல் சேர்த்து வைத்திருந்த பொருட்கள் எல்லாமே அதிசயமாக இருந்தன. புகைப்படங்களைக் காட்டி குடும்பக் கதையை அம்மாவிடம் கேட்டு லயிக்க இயன்றது.

''ஆர் யூ இம்ப்ரெஸ்ட் மேடம்?'' என்றார் குழந்தையின் அப்பா. குழந்தை பாடி முடித்து பவ்யமாய்ப் பார்த்தது.

''ஃபன்டாஸ்டிக்'' கைத் தட்டி குழந்தையை எழுப்பி மீண்டும் அணைத்துக் கொண்டாள். ''ஐ வில் கால் யூ ஃபார் ஷூட்டிங்.''

5

இரவு மணி இரண்டு.

"எனக்கு டீ வேண்டாம்" என்றாள் செல்வராணி, 'மேக் அப்'பைக் கலைத்து விடாமலிருக்க மெல்லிய கைக்குட்டையால் முகத்தை ஒற்றியபடி. இந்தப் பனியிலும் துளிர் விடும் வியர்வை. இரவு பத்து மணிக்கு ஆரம்பித்த ஷூட்டிங் இன்னும் ஓய்ந்தபாடில்லை. உலக அழகியாயிருந்து இப்போது நடிகையானவரின் பாடல் காட்சி. அவரது 'கால் ஷீட்' முடிவதற்குள் ஷூட்டிங் முடிந்தாக வேண்டும். எத்தனை டீ குடிப்பது? உமட்டல் வந்தது. கால்களும் கழுத்தும் இடுப்பும் இற்றுவிட்டன. பக்கத்து வீட்டு ஆயாவைக் கெஞ்சி குழந்தைகளோடு படுக்க வைத்தாள். மாதவிலக்குத் தொல்லை. கழிப்பறைக்கு 60 பேருக்கும் சேர்த்து ஒரு வேன் வந்திருந்தது. அதே சமயம் கதாநாயகி உபயோகத்துக்கு என மட்டுமே தனியே ஒரு 'காரவன்' வந்திருந்தது.

உடனே உடனே கம்ப்யூட்டரில் 'ரஷ்' பார்த்துக் கொண்டிருந்தார்கள். 'டேக்' ஓகே ஆகிவிட்டால் பணத்தை வாங்கிக் கொண்டு கிளம்பிவிடலாம். கம்பெனி பஸ்ஸில் ஏறி வீடு போய்ச் சேரலாம். ஆடை மாற்றவும் அதே பஸ்தான். வயிறை அழுத்தித் தொப்பையை மறைக்க வைத்த 'பெல்ட்'டைக் கழற்றலாம். வீட்டுக்குப் போய்தான் மேக்கப்பைக் கலைக்க வேண்டும்.

"உம் புருஷனுக்கு இப்ப காலு எப்படி இருக்கு?" என்றாள் புஷ்பா.

"தேவலாம். ஃபைபர் காலு வந்திடுச்சு. இப்பம் பழையபடி நடமாட முடியுது."

''பாவம்ப்பா. அந்த ஷூட்டிங்குக்கு நானும் போயிருந்தேன். பைக்குலே காரைத் தாண்டி ஜம்ப் அடிச்சாரு ரவி. ஆனா இறங்கும்போது பைக் சறுக்கிக்கினே போயி ரொம்ப தூரம் இழுத்துக்கிட்டு போயிடுச்சு.''

அன்று இரவு முழுவதும் ஆஸ்பத்திரியில் மயக்கமாக இருந்த போது மட்டும்தான் அவன் மௌனமாக இருந்தான். அந்தச் சிறிய மருத்துவமனை அவனுக்கு ஏதோ ஒரு சிகிச்சையைக் கோட்டை விட்டுவிட்டது. இரண்டு நாள் கழித்து வேறு ஆஸ்பத்திரியில் சரியான சிகிச்சை கிடைத்தும் பயனில்லை. காலை எடுக்க வேண்டியதாகிவிட்டது.

கடந்த ஆறு மாதங்களாக அவன் காட்டும் எரிச்சலும் போட்ட கூப்பாடும் ஒரு வழியாக ஓய்ந்தது. 'ஸ்டன்ட் மாஸ்டர்' அவன் செயற்கைக் கால்களுடன் நடமாடுவதை அறிந்து 'சிலம்பம் பழகி வா' என்றவுடன் ஊருக்குக் கிளம்பிவிட்டான். அங்கே சிலம்பம் பழகி வந்து மீண்டும் படப்பிடிப்புக்குச் செல்லும் முடிவால் அவனிடம் மாற்றம் இருந்தது.

''கதையை படிச்சீங்களா? உங்க ஃபோன் நம்பரை கொடுத்துட்டுப் போங்க. கூப்பிடுவோம்'' என்றாள் லதாவின் உதவியாளர்.

நீர் துளிர்த்த கண்களுடன் ''என்னைப்போல எக்ஸ்ட்ரா ஆர்டிஸ்ட்டுக்கு ஸீரியல்லே ரோல் கொடுத்த லதாம்மா தெய்வம் மாதிரி'' என்று கைகூப்பி வணங்கிவிட்டுக் கிளம்பினாள் ஒரு பெண்.

''மஞ்சுளா... உன் புருஷன் ராஜேந்திரன் சின்ன வயசுலே ஸ்கூல்லேருந்து காணாமப் போயிட்டான். அப்போல்லாம் டெலிஃபோன் தெருவுக்கு ஒருத்தரு கிட்டே இருந்தாலே அதிசயம். தவிச்சுப் போயிட்டோம். போலீஸுக்கும் சொல்லியாச்சு. நாலு நாளு நானும் அவங்கப்பாவும் சரியா சாப்பிடலே... தூங்கலே. நாலாவது நாளு அவனோட ஸ்கூலுக்குப் பக்கத்து ஸ்கூலு வாத்தியாரு ஃபோன் பண்ணினாரு. பக்கத்து ஸ்கூலு ஸ்நேகிதப் பசங்களோட சேந்துக்கிட்டு அவனும் பஸ்ஸுல ஏறி அவங்களோட டூருல போயிட்டான். பணத்தை எப்படித் தேத்தினான்னு தெரியலே. வீட்டுலே சொல்லிட்டேன்னு அந்த வாத்தியாரு கிட்டே சொல்லியிருக்கான். பிற்பாடு அவனே மனசு மாறி கொஞ்சம் வீட்டுக்கு சொல்லிடுங்கன்னு வாத்தியாருகிட்டே உண்மையை ஒப்புக்கிட்டான்'' என்றார் பொன்னம்மாள்.

''அத்தை... எனக்கு அவரோட ஃப்ரெண்ட்ஸ், பிஸினெஸ் பார்ட்னர்ஸ்ன்னு பதில் சொல்லி மாளலே. சொந்தக்காரங்களுக்கு வேணும்ன்னா கொஞ்ச நாளைக்கி தெரியாம வெக்கலாம்...''

''நாம ரெண்டு பேரும் யாருக்கும் சொல்ல வேண்டாம்மா. சீக்கிரமே வந்திடுவான். அவங்க அப்பா அந்தக் காலத்திலே ஜோஸியருகிட்டே அவனோட ஜாதகத்தைக் காட்டினப்போ அவனுக்கு ஆயுசு கெட்டின்னுதான் சொன்னாரு. ஏதேனும் உங்களுக்குள்ளே மனஸ்தாபமா?''

''அதெல்லாம் ஒண்ணுமில்லை அத்தை. எல்லார் வீட்டிலேயும் இருக்கற மாதிரி சிறு சிறு சச்சரவுதான்...''

''ஏழு மலையான் கிட்டே வேண்டிக்கிட்டிருக்கேம்மா... கவலைப்படாதே.''

வாயில் அழைப்பு மணி ஒலித்தது. வேலைக்காரி கதவைத் திறக்க அண்ணனைப் பார்த்ததும் மஞ்சுளாவின் முகம் மலர்ந்தது.

''வா மோகன்.''

''எதாவது தகவல் தெரிஞ்சிச்சா?'' அவனை வினவினார் பொன்னம்மாள்.

''நான் உங்களை கேக்கலாம்ன்னிருந்தேன் ஆன்ட்டி.''

''உங்க செல்வாக்கை வெச்சு கண்டுபிடிச்சிருவீங்களே தம்பீ...''

''எப்படிம்மா? எல்லார் கிட்டேயும் போயி என் தங்கச்சி புருஷனை காணோம்ன்னா சொல்ல முடியும்?''

பொன்னம்மாள் மௌனமானார்.

''ஸாரிம்மா... இன்னிக்கிதான் நேர்லே வர்றேன். ராஜேந்திரன் வீட்டிலே ஏதும் தகவல் இல்லேபோல... ஆக்சுவலா அவங்க வீட்டிலே எதாவது தகராறு பண்ணினா என் கிட்டே சொல்லும்மா...'' பொன்னம்மா விடைபெற்ற பின் மோகன் ஆறுதலாகப் பேசினான்.

''அப்படி ஏதும் இல்லை மோகன்.''

''சரி, நீ என்னோட பிஸினஸ் பார்ட்னராக இருக்கறது பத்தி முன்னாடி தகராறு இருந்தது இல்லே?''

''அது ஓவர். இப்போ பியூட்டி பார்லரோட யோகா சென்டர், பிஸியோதெரபின்னு ஆட் பண்ணினதுலே அவருக்கு அவ்வளவு இஷ்டமில்லை.''

''சமையலுக்கு ஆளு வெக்காம உன்னை படுத்தினானே?''

''அவுருக்கு மனுஷ வாடையே ஆவாது.வேலைக்காரி அவுரு ரூமுக்குள்ளே போனா அவுரு வீட்டை விட்டு வெளியே போயி நின்னுக்குவாரு.''

''ஆனை எப்பப்பா தூங்கும்?''

''ராத்திரிதாம்மா.''

''எங்கே தூங்கும்?''

''இங்கேயேதான் கோயிலுக்குள்ளேதான் எப்பமும் இருக்கும்.''

''அது படுத்துக்கும்போது சங்கிலியை அவுப்பாங்களா?''

அது படுத்துக்கொண்டு தூங்குமா நின்றுகொண்டு தூங்குமா... என்ன பதில் சொல்வது என்று தெரியவில்லை.

''ஆமாம்மா. அவுத்து உட்டுடுவாங்க.''

''அவுத்து உட்டா... டிவியிலே பாத்தோமே, அந்த மாதிரி எல்லாரையும் விரட்டி அடிக்காது?''

''அடிக்காதும்மா... அது சாது.''

''அப்புறம் ஏன் டிவி நியூஸுல அப்படி காட்டினாங்க?''

''அதுக்கு மதம் பிடிக்கும்போது மட்டும்தான் அப்படி நடந்துக்கும்.''

''எப்ப மதம் பிடிக்கும்?''

''தெரியலே. கம்ப்யூட்டர்ல பாத்து சொல்லட்டுமா?''

''போப்பா. நீ பாதிக் கேள்விக்கி கம்ப்யூட்டர்லதான் பாக்கறேங்கற...''

''என்னாங்க... அந்த ஆளு நம்பளையே பாக்குறாரு...''

குடும்பம் நகர்ந்தது.

ராஜேந்திரன் தொடர்ந்து யானையையே பார்த்துக் கொண்டிருந்தான்.

காதில் மாட்டியிருந்த ஒலிவாங்கியைக் கழற்றி ''குட் மார்னிங்'' என்று பக்கத்து 'டிரெட் மில்'லில் நடை பயின்று கொண்டிருந்த சாரதாவின் வந்தனத்துக்குப் பதிலளித்தாள் லதா. ''உங்க கிட்டே பேசணும்.''

''ஷ்யூர்'' என்றாள் சாரதா. ஜிம்மின் உபகரணங்கள் அனைத்தின் மீதும் சந்தனமிட்டு அதன் மீது குங்குமம். காகிதத் தோரணங்கள். பலூன்கள் காற்றை இழந்து ஊசலாடிக் கொண்டிருந்தன.

களைப்பாறும் சிறு இடைவெளியில் ஒரு கை பேசி உரையாடலை முடித்தவுடன் சாரதா தன் அருகில் அமர்ந்திருப்பதைக் கண்டாள் லதா. ''சாரதா... ஆயுத பூஜையப்போ நீங்க பாடின 'ஸ்ரீநிவாஸ திருவேங்கடமுடையாய்' பாட்டை எல்லோருமே ரசிச்சோம். 'ஜகன்நாதா'ன்னு மேல் ஸ்தாயிக்குப் போயி பிசிறில்லாம பாடினப்போ நீங்க ஒரு ப்ரொஃபெஷனல்ன்னு தோணிச்சு.''

''தேங்க்ஸ்... நான் ப்ரொஃபெஷனலெல்லாம் கிடையாது. அம்மா என்னை சின்னவயசில கட்டாயப்படுத்தி முறையா பாட்டு கத்துக்க வெச்சா. அவ்வளவுதான்.''

''நைஸ்... இதை ஒரு ஸீரியல்லே நீங்க ஓபனிங் ஸாங்கா பாடணும். முடியுமா?''

''ஷ்யூர். இட் வில் பீ அ க்ரேட் ப்ளஷர் லதா.''

6

இரண்டு கால் கட்டை விரல்களையும் இணைத்துக் கட்டியிருந்த கயிற்றை அருவாள் வெட்டியது. உடலின் மீது கட்டைகளை அடுக்கிப் பின் வரட்டிகளை அடுக்கினார்கள். நெய்ப் பந்தத்தை ஏந்தியிருந்த சிறுவனால் வரட்டிகள் மீது கற்பூரம் இருந்த இடம் எது என்று காண இயலவில்லை. ஒருவர் அவனைப் பின்புறத்தி லிருந்து அணைத்துத் தூக்கிக்கொண்டார். கற்பூரத்தில் பந்தம் பற்றியதும் அது கொழுந்து விட்டு எரிந்தது.

திரும்பிப் பார்க்காமல் ஒவ்வொருவராய் கொள்ளிடம் நோக்கி நடந்தார்கள். ராஜேந்திரனும் அவர்கள் பின்னேயே சென்றான்.

ஒவ்வொரு திக்கில் ஒவ்வொருவரும் இரண்டடி ஆழத்தில் எப்படியோ முங்கிக் குளித்தார்கள். சுடும் மணலில் எங்கேயோ வெறித்தபடி ராஜேந்திரன் அமர்ந்திருந்தான்.

"நீங்க குளிக்கலியா?"

ராஜேந்திரன் மௌனமாக எழுந்து தண்ணீரில் முக்குப் போட்டு ஈர வேட்டி காலைத் தடுக்கிவிட மணல் ஒட்டும் பாதங்களுடன் மீண்டும் கரைக்கு வந்தான்.

"அப்பா உங்க ஃப்ரெண்டா?"

வினவிய இளைஞனின் கண்களை ஊடுருவிப் பார்த்தான் ராஜேந்திரன்.

இளைஞன் மற்றவருடன் நடந்து மறைந்தான். வெய்யிலின் உக்கிரம் தாங்க முடியாமல் ராஜேந்திரன் படிகளைத் தாண்டி மரத்தடியில் அமர்ந்தான்.

சுடுகாட்டிலிருந்து காட்டமான வாடையுடன் புகை கிளம்பியது. கொள்ளிடக் கரையில் இடைவெளிகளுடன் துணிகளை மூட்டை யாக அடுக்கி பலர் துவைத்துக் கொண்டிருந்தனர்.

''ஷாமியானாவுக்கு வாங்க'' யாரோ அழைத்தார்கள். அவர் பின்னே நடந்து சென்றான். வாழை மட்டையை வளைத்து வட்ட வடிவமாகச் செய்து காய வைத்த வட்டிலில் புளிசாதமும் இருந்தது. ராஜேந்திரன் அதை ஒரு நாற்காலியில் அமர்ந்து உண்டான்.

விட்ட இடத்திலிருந்து படிக்க ஆரம்பித்தான் ரமேஷ்.

'இரவு மணி மூன்று.

தூக்கத்திலிருந்த பிரேம் ராஜுக்கு தன்னை ஒருவர் அடித்து எழுப்பியதில் ஏற்பட்ட அதிர்ச்சியையும் திகைப்பையும், கேட்ட செய்தி தந்த அதிர்ச்சி, ஒன்றுமே இல்லை என்று ஆக்கிவிட்டது.

''கன்ஃபர்ம்டா தெரியுமாடா லோகேஷு?'' என்றான்.

''இதப் பாருடா மச்சி...'' லோகேஷ் தனது மொபைலை மூன்று நான்கு முறை அழுத்த ஒரு முகம் தெரிந்தது. உயிரற்ற முகம்.

''சசிகலாவோட அண்ணன் இல்லே இது?'' பிரேம்ராஜின் வார்த்தைகள் குழறித் தடுமாறின.

''நம்ப குண சேகரு ஸ்ரீபெரும்புதூர்லதாண்டா வேலை பாக்குறான். அவன் அனுப்பின எம் எம் எஸ் தாண்டா இது.''

''ஆஸ்பிட்டல்ல சேத்தாங்களா?''

''எடுத்துக்கிட்டுப் போனாங்க... போறதுக்குள்ளே எல்லாமே முடிஞ்சி போச்சு.''

''சசிகலா அப்பாவுக்கு தெரியுமா?''

''தெரியும். அவுருதான் ஒரு மணிக்கி என்னை எளுப்பி யாருக்கும் தெரியாம விசாரிக்கச் சொன்னாரு. நாம ரெண்டு பேரும் உடனே கிளம்பறோம்.''

பிரேம்ராஜ் தன்னையுமறியாமல் கடிகாரத்தைப் பார்த்தான். ''கலியாணத்துக்கு இன்னும் நாலு மணி நேரம் கூட இல்லேடா.''

''அதாண்டா. நீயும் நானும் ஐஸ் பெட்டி வண்டியோட போயிட்டு சாயங்காலம்போல சசி வீட்டுக்கு பாடியைக் கொண்டு போறோம்.''

''மேரேஜு?''

''அது நடக்கறதுக்காகத்தாண்டா ரெண்டு பேரும் போறோம்.''

கார் வரும் சத்தம் வாசிப்பை நிறுத்தியது. லதா உள்ளே நுழைந்ததும் ரமேஷ் எழுந்து நின்று கை கூப்பினான். செகரெட்டரி அவனை அறிமுகப்படுத்தினாள்.

''குட்... காற்றினிலே வரும் கீதம் பாட்டு கேட்டிருக்கிங்களா?''

''இல்லே மேடம்.''

''முதல்ல அதைக் கேளுங்க. அது ஒரு ஸீரியலுக்கு ஓபனிங் ஸாங்கா வருது. கிருஷ்ணர் மாதிரி ஒரு குழந்தைக்கு வேஷம் போட்டு யூனிட் வரும். இந்த ஸாங்குக்கு நீங்கதான் கேமரா மேன்.''

''ரொம்ப தேங்க்ஸ் மேடம்.''

''ஒரு அவுட்டோர்ல உங்க பேரு அடிபட்டுது. இன்ஸ்டிட்யூட்ல படிச்சீங்களா?''

''இல்லே மேடம். ஸீனியர்ஸ்கிட்டே கத்துக்கிட்டது.''

''நீங்க டேலன்டட்னு உங்க ஸீனியர்தான் சொன்னாரு.''

''ஆல் த பெஸ்ட்.''

கண்ணன் சுப்ரமணியத்தின் விருப்பம் என்னவென்று கேட்காமலேயே விஸ்கியை வரவழைத்தான். சுப்ரமணியத்தால் இரண்டு 'பெக்'கைக்கூட ஒரு மணி நேரம் உறிஞ்சி உறிஞ்சி அருந்த முடியும். பாவனை செய்கிறானோ என்றுகூட சந்தேகமா யிருக்கும்.

''ராஜேந்திரன் எங்கேதான் போயிருப்பான்னு எதாவது 'க்ளூ' கெடச்சுதா கண்ணன்?''

''யாரும் கடத்தலன்னு மட்டும் போலீஸுகிட்டேயிருந்து தெரிஞ்சிது. ஆக்ஸிடென்ட், டெத் கேஸ் எல்லாத்தையும் வெரிஃபை பண்ணிட்டாங்க.''

''உங்களை கடைசியா எப்ப பாத்தான்?''

''என்ன ஒரு மாசத்துக்கு மேலேயே இருக்கும். ஸ்ரீபெரும்புதூர் ப்ராஜெக்ட் பூமி பூஜைக்கி வந்துட்டு இதேபோல ராத்திரி பார்ட்டி வரைக்கும் இருந்தாப்ல...''

''குடிக்காம முளிச்சிக்கிட்டே இருந்திருப்பானே?''

''கண்ணன், நான் பல தடவை எடுத்துச் சொல்லியிருக்கேன். ஆம்பளைங்க அரை பெக்காவது அடிக்கணும். இல்லேன்னா மென்டல் ப்ரஷர் ஜாஸ்தியாயிடும்.''

''ராஜேந்திரன் நம்ப ரெண்டு பேரோட மூணாவது ஆளா ஒரு பார்ட்னரா ஆகவேயில்லியே சுப்ரமணியம். தன்னோட க்ளயன்ட்ஸ் தவிர நமக்கு பிடிச்சுக் கொடுத்த க்ளயன்ட்ஸ்க்கு கமிஷன் பேஸிஸ்ல வெளியாளு மாதிரிதானே இருந்தான்?''

''நல்லா பேசுவான். படிச்சவங்க கிட்டே நிறைய பேசணும். எனக்கு தெரியாதாங்கற மாதிரியே பேசுவாங்க. ஆனா நாமா நிறைய விவரம் சொன்னா சந்தோஷப்படுவாங்க.''

''படிச்சவங்களை விட சினிமாகாரங்க கிட்டேதான் அவன் நிறைய காசு பாத்தான்.''

''யாரு லதாவை சொல்றீங்களா? லதா வீட்டு டிஸைனைப் பாத்து அசந்து போயி மத்த சினிமாக்காரங்க ராஜேந்திரனை புக் பண்ணினாங்க.''

''சுப்ரமணீ, அவன் கிட்டே பேச நிறையவே விஷயம் இருக்கும். ஒரு ட்ரிப்பு ஒரு பெரியவரு வசதியான ஆளு. பசங்க யூஎஸ்லே செட்டில் ஆயிட்டாங்க. ராஜேந்திரன்தான் சரியான ஆளு அப்படீன்னு கூட்டிக்கிட்டுப் போனேன். அவரு பகவத் கீதையை டிராயிங் ரூம்ல பிரிச்சமாதிரி வெச்சிருந்தாரு. க்ஷேத்ரன் க்ஷேத்ரஞன்னு ரெண்டு பேரும் பேசினாங்க பாருங்க. நான் அசந்தே போயிட்டேன்.''

''அது எப்படி இவ்வளவு கஷ்டமான சமஸ்கிருத வார்த்தையை யெல்லாம் ஞாபகம் வெச்சிருக்கீங்க?''

''கண்ணன்... அவுங்க ரெண்டு பேரும் ரொம்ப நேரம் பேசினாங்க. டீல் ஒண்ணு முடியப் போவுதேன்னு நானும் பொறுமையாய் கேட்டுக்கிட்டிருந்தேன். அதுல இந்த க்ஷேத்ரன் க்ஷேத்ரஞன் இந்த ரெண்டு வார்த்தைதான் அடிக்கடி அடிபட்டுது.''

''சுப்ரமணி, எனக்காவது உங்க மூலமாகதான் ராஜேந்திரன் அறிமுகம். நீங்க காலேஜ்லேயிருந்தே அவனோட ஃப்ரெண்ட். உங்க கிட்டே கூட ஒட்டின மாதிரி தெரியலியே?''

''அவன் எப்பவுமே தனியாதான் திரிவான். என் பக்கத்துலே உக்காந்திருந்ததாலே கொஞ்சம் பளகினான். அவ்வளவுதான்.''

ராஜேந்திரனிடமிருந்து இன்றும் ஈமெயில் இல்லை. தினமும் ஒரு மெயிலாவது வரும். அதில் ''சாந்தி... சாந்தி'' என்று எத்தனை இடத்தில் நேரில் பேசுகிற மாதிரி அழைத்திருப்பான். பட்டிமன்றத்தில் பேசுவதற்கான வழக்கமான குறிப்புகளை எடுக்கவில்லை. மனம் ஒரு நிலையிலில்லை. மொபைலையும் ஸ்விட்ச் ஆஃப் செய்திருக்கிறான்.

இருபது வருடம் கழித்து மறுபடி சந்தித்தபோது எவ்வளவு உணர்ச்சிகரமாகப் பேச ஆரம்பித்தான்? எவ்வளவோ தற்காத்துக் கொண்டும் அவன் விருப்பப்படி உடலாலும் நெருங்கி நெக்குருகியது எவ்வளவு பெரிய சறுக்கல். இப்போது ஆணுக்கே உரிய விட்டெறியும் சுபாவத்தோடு கத்தரித்துக்கொண்டு விட்டான்.

காலேஜ் படிக்கும்போது ஏன் பயந்தோ தயங்கியோ குழம்பியோ ஒதுங்கினான்? சேர்த்து வைத்து இப்போது எதற்காக இவ்வளவு வேகம் காட்டினான்? ''எக்ஸ்க்யூஸ் மீ மேடம்.'' கண்களைத் துடைத்துக் கொண்டாள். கன்னத்தையும். ஏதோ ஒரு மாணவியின் குரல். ''வாம்மா.'' ''மிட் டர்ம் டெஸ்டுக்கு சிலப்பதிகாரத்தில கேள்வி வருமா மிஸ்?''

''நாளைக்கி க்ளாஸ்ல சொல்றேன்.''

நல்லவேளை. இந்தக் குழந்தை கேட்டதால் பட்டிமன்றத்தில் பேச சிலப்பதிகாரத்திலிருந்து சிலவற்றை எடுத்துக் காட்டும் யுக்தி தோன்றியது.

7

அந்த உணவகத்தில் திறந்தவெளி மேல் மாடிப் பகுதியில் சண்முக சுந்தரம் நுழைந்தபோது ஒரு இளம் பெண் கை கூப்பி வரவேற்றாள். "ஐ யாம் கலா. லதாம்மாவோட செக்ரட்டரி."

"காட் ப்ளெஸ் யூ" அவள் தலை மீது கை வைத்து ஆசி கூறினார். லதாவின் காரியதரிசிகள் அடிக்கடி மாறியதால் முகத்தையோ பெயரையோ நினைவு வைத்திருக்க வேண்டி இருக்கவில்லை. "மாத்தித் தானே ஆவணும். எத்தனை விவகாரம்" என்று பெற்ற பெண்ணைப் பற்றி கசப்புடன் அவள் தாய் உதிர்த்த சொற்கள் நினைவுக்கு வந்தன. விவாகரத்துத் தீர்ப்பு வந்த அன்றிலிருந்து பிறந்த வீட்டுக்கு மகள் வந்தாலும் அம்மா பெண்ணின் முகத்தில் கூட விழிப்பதில்லை. சண்முக சுந்தரம் லதா வீட்டுக்குச் செல்வது தவிர இது போன்ற உணவகச் சந்திப்புகள் இருந்தன.

"மேடம் ஈஸ் ஆன் தி வே. உங்களை இதை படிக்கச் சொன்னாங்க." வெளிச்சக் குறைவில் அவர் காகிதங்களைப் புரட்டியபோது கலா பேட்டரியில் இயங்கும் ஒரு மேசை விளக்கை எடுத்து வந்தாள்.

'தாழ்' என்று தலைப்பிட்டிருந்தது.

விடியற்காலை மணி நான்கு. யாரோ நெஞ்சின் மீது ஏறி அமர்ந்தது போல் மூச்சு முட்டி நெஞ்சு வலித்தது. உடலெல்லாம் இந்த டிசம்பர் குளிரிலும் வியர்வை. எப்படியாவது சியாமளாவை எழுப்ப வேண்டும். "ஏய்... சியாமி..." குரல் எழும்பவில்லை. இருக்கிற பலத்தையெல்லாம் ஒன்று திரட்டி எழும்ப முயன்றார்.

முள்வெளி | 41

எழுந்தே ஆகவேண்டும். வாந்தி வருவதுபோல இருந்தது. நிமிர்ந்து எழுந்திருக்க முடியவில்லை. கட்டிலின் ஓரத்தில் எப்போதும் இருக்கும் கைத்தடி சாய்ந்து ஸ்டூலுடன் ஒட்டி இருந்தது. சற்றே புரண்டு படுத்தால் கைக்கு எட்டிவிடும் அது. அழுத்துகிற வலி அதிகரித்துக்கொண்டே வருகிறது. 'கடவுளே... எடுத்துக் கொள்ளுகிற உயிரை இம்சைப்படுத்தாமல் எடுத்துக் கொள்ள மாட்டாயா?' எப்படியாவது புரண்டு படுத்தே ஆகவேண்டும். ''சியாமி, உன்னோடு ஒரு வார்த்தை பேசிவிட்டு போகட்டுமடி இந்த உயிர்.''

இடது தோள் செயலற்று ஒத்துழைக்க மறுத்தது. குழந்தை குப்புறிக்கிற மாதிரி ஒரு வழியாய் மொத்த உடலும் திரும்பி கட்டில் முனைக்கு வந்தாகிவிட்டது. கைத்தடியை எட்டிப் பிடிக்க முனைந்தார். வலியின் தீவிரத்தில் வலது கையை அசைப்பது பெரிய சவாலாயிருந்தது. 'சியாமி... வலி தாங்க முடியலே...' மயக்கமுற்றார்.

முகத்தில் குளிர்ந்த நீர் பட்டது. ஆனால் விழிகளைத் திறக்க முடியவில்லை. மூச்சு விடுவது மிகவும் சிரமமாக இருந்தது. வலி தோள்பட்டைகளுக்கும் பரவி தாண்டவம் ஆடிக் கொண்டிருந்தது. 'ஒருமையுடன் நினது திருமலரடி நினைக்கின்ற உத்தமர் தம் உறவு வேண்டும்.' தொடர்ந்து மனதைக் குவித்து பிரார்த்தனை செய்ய முடியவில்லை. அடுத்த ஜென்மத்திலும் உத்தமர் உறவிற்கு வாய்ப்பில்லையோ? கண்களைத் திறக்க முடியவில்லை. சிவனடி சேரும் முன் அவனது ஊழித் தாண்டவமோ இது? ''இந்தாங்க... வாயை திறங்க...'' சியாமளாவின் குரல்தான். பரிச்சயமான அவளது விரல் ஸ்பரிசம் இதழ்களின் மீது பட்டது. ''என்னாங்க... தெறங்க வாயை...'' நாக்கின் கீழே கசப்பான மாத்திரையை வைத்து ''அப்படியே இருங்க'' என்றாள். அவள் குரலைக் கேட்டாகிவிட்டது. இனி தடை ஏதும் இல்லை. ''சிவாய நமஹ... ஓம் சிவாய நமஹ...''

வலி குறைந்து கண்களைத் திறந்தபோது சியாமளாவின் சுருக்கங்கள் விழுந்த தளர்ந்த முகம் தென்பட்டது. வெந்நீர் நிரப்பிய 'ஹாட் பேக்' கை அவர் நெஞ்சின் மீது இதமாக வைத்து ஒத்தடம் கொடுத்தார் சியாமளா. ''இந்த தடவை எனக்கு நம்பிக்கை இல்லே. சங்கரை எழுப்பேன். கடைசியா பாக்கலியேன்னு வருத்தப்படுவான்.''

''அபசகுனமா பேசாதீங்க... உங்களுக்கு ஒண்ணும் ஆவாது. சிவ சிவான்னு சொல்லுங்க.''

''உன்னை நினைச்சாதான் எனக்கு கவலையாயிருக்கு. என் காலத்துக்கப்புறம் உனக்கு 'ஃபேமிலி பென்ஷன்' உண்டு. சங்கருக்குதான் இதெல்லாம் புரியும். அவனை எழுப்பு.''

''வீணா மனசை அலட்டிக்காதீங்க. அவன் நேத்திக்கி ஆபீஸிலே யிருந்து வரும்போதே ராத்திரி பத்து மணி. அவனை எழுப்பினா கைக்குழந்தை எழுந்திடுவான்.'' வெளியே ஹாரன் அடிக்கும் சத்தம் கேட்டது.

சியாமளா முன் வாயிற் கதவைத் திறந்து படியிறங்கிக் கீழே சென்றார். ஐந்து நிமிடங்கள் கழித்து இரண்டு ஆறடி நீள மரக்கழிகள் இடையே கித்தான் துணியுடன் இரண்டு வெள்ளை நிற உடையணிந்த இளைஞர்கள் வந்தார்கள். முதலில் அவரை ஒருக்களித்துப் படுக்க வைத்து 'ஸ்ட்ரெட்சரை ' மீதி இடத்தில் கட்டிலின் ஒரு ஓரத்தில் வைத்தார்கள். பிறகு அவரை இருவரும் தலை கால் இரண்டு பக்கமாக நின்று தூக்கியதும் சியாமளா ஸ்ட்ரெட்சரை அவருக்குக் கீழே கட்டிலின் ஓரத்திலிருந்து நகர்த்தி மையமாக வைத்தார்.

வீட்டை விட்டு ஸ்ட்ரெட்சரில் படுத்தபடி இறங்கியதும் ஒரு முறை திரும்பிப் பார்த்தார். சியாமளா மரக் கதவில் பெரிய சாவியைப் போட்டுப் பூட்டினார். உள்ளே தூங்குபவர்களை எழுப்ப விரும்பவில்லை போலும். ஆம்புலன்ஸில் சற்று அகலமாக இருந்த நீண்ட இருக்கையில் அவர் ஸ்ட்ரெட்சரோடு படுக்க வைக்கப்பட்டார். அவர் அருகே பக்கவாட்டு இருக்கையில் அமர்ந்த சியாமளா ''சாமி படத்தை எடுக்க மறந்து போச்சு'' என்றபடி இறங்கியதும் பின் பக்கக் கதவை மூட வந்தவன் ஒதுங்கி வழிவிட்டான். சியாமளா வீட்டுக்குள் போகாமல் உடனே திரும்பிவிட்டார். ''என்ன சியாமி, உடனே திரும்பி வந்துட்ட?''

''சாவி போட்டுப் பாத்தேன். உள் பக்கமா தாப்பா போட்டிருக்கு.''

''கதை பிடிச்சிருந்ததாப்பா?'' அவருடைய கழுத்தைப் பின்புறமிருந்து அணைத்த லதாவின் குரல். பல சமயம் அவரது கண்களைத் தன் பிஞ்சு விரல்களால் அழுத்தி மறைத்து விளையாடிய கைகள் அவை. ''நீ சொன்ன டிஃப்ப்ரன்ட் ப்ராஜக்ட் இதுதானா?''

''யா... இந்த ப்ராஜக்ட்ல எல்லாமே டிஃப்ப்ரன்டா இருக்கும். ஓபனிங் ஸாங் ஒரே மாதிரி டைட்டில் ஸாங்கா இல்லாம ஒரு தமிழ்

க்ளாஸிகலா இருக்கும். 'தாழ்' அப்படிங்கற இந்த எபிஸோடுக்கு ஜேஸுதாஸோட 'குழலும் யாழும் மடியினில் சுமந்து கும்பிடும் வேளையிலே மழலை ஏசுவை மடியினில் சுமந்து மாதா வருவாளே; ஆரோக்ய மாதா வருவாளே...' இந்தப் பாட்டு ஓபனிங்ல வரும். இதை கண்ணு தெரியாம ரோட்டோரமா ஒரு 'வேன்'ல உக்காந்து பாடுற ஒருத்தர் கிட்டே ப்ராக்டிஸ் பண்ணி பாடச் சொல்லியிருக்கேன்.''

''அப்படீன்னா இன் ஆல் ஆஸ்பெக்ட்ஸ் இது டிஃப்ரன்ட் ப்ராஜக்ட்தான்.''

''யா... இந்த தாழ் கதையிலே வர்ற பெரியவர் ரோலை யார் பண்ணப் போறாங்க தெரியுமாப்பா?''

''யாரும்மா?''

''நீங்கதான்...''

''பிள்ளைங்களெல்லாம் ஜோரா கை தட்டுங்க.'' தட்டினார்கள்.

''கொல்லிமலையிலேருந்து பிடிச்சுக்கிட்டு வந்த ராஜ நாகங்க இது. கடிச்சதுன்னா ரெண்டு நிமிஷத்துக்குள்ளே உயிர் போயிடும். மந்திரத்துக்கு கட்டுப்பட்டுதான் இப்போ இது பொட்டிக்குள்ளே அடையப் போவுது. யாரும் கையைக் கட்டாதீங்க. அப்புறம் ரத்தம் கக்கிக் கீளே விளுந்துடுவீங்க.''

பாம்பின் தலையில் ஒரு தட்டுத் தட்டினான். அது மறுபடியும் பெட்டிக்குள்ளே சுருண்டு கொண்டது.

''ஏய்... யார்ரா அது?''

ஒரு சிறுவன் கூட்டத்தின் முன்பக்கத்திலிருந்து வந்து கீழே விழுந்து மல்லாக்கப் படுத்தான். அவன் வாயிலிருந்து சிவப்பு நிறமாக ஏதோ கொப்பளித்தது.

''சொன்னதையும் கேக்காம கையக் கட்டிட்டான். இப்ப இவன் உசுரைக் காப்பாத்த மந்திரிச்ச தாயத்து ஒண்ணுதான் வழி.''

''ஏய் ஜக்கம்மா...'' என்று உடுக்கையை அடித்தபடி ஒரு தாயத்தைக் கையில் வைத்து அந்தப் பையனின் முகத்தை மூன்று முறை கையால் சுற்றினான்.

ராஜேந்திரன் கூட்டத்தை விட்டு நகர்ந்து நடந்தான். காவிரிப் பாலமருகே வாகன இரைச்சல் மிகுந்திருந்தது. பாலத்தில்

வெப்பம் தவிர கொஞ்சம் காற்றும் தென்பட்டது. காவிரியில் பெரு வெள்ளமாக நீரோட்டம் இருந்தது.

நுரைத்து இரு கரை புரண்டு ஓடினாலும் அது நதிதான். வற்றி மணல் மேடாகக் கிடந்தாலும் அது நதிதான். பெயரை மட்டும் வைத்துக்கொண்டு நதியால் நதியாக இருக்க முடியும். பெரியதாக சாதித்தும் இருந்து கொள்ள முடியும். நதியை ஒட்டியே மனிதன் வாழ விரும்பினான். பின்பு அதுவே பழக்கமானது. காட்டுக் குள்ளும் நாட்டுக்குள்ளும் கடலுக்குள்ளும் வாழ நதிக்கு இயலும். நதியில் நம் வாழ்வைத் தேட இயலும். நதியில் நம் முடிவையும் தேட இயலும்.

தடுப்புச் சுவரின் மீது ஒரு ஆள் ஏறிய பிறகுதான் அதைப் பலரும் கவனித்தார்கள். ஒருவர் ஓடி வந்து ராஜேந்திரனைப் பின்புறத்திலிருந்து அவனது காலை ஒட்டிப் பிடிக்க அவன் முதலில் முன்புறம் சரிந்து அவரின் இழுப்பால் பின்பக்கம் சாய்ந்தான்.

8

"ராஜேந்திரன் ஸார்... நான் யாருன்னு யூகிக்க முடியுதா?"

"..."

"இது உங்க மொபைல் ஃபோன். இந்த நம்பரை ரெகக்னைஸ் பண்ண முடியுமா?"

"..."

"இது உங்க வொய்ஃப் மஞ்சுளா... அவங்க நம்பர் இல்லீங்களா?"

டாக்டர் ஒரு புகைப்படத்தை எடுத்து மேஜை மீது வைத்தார். "இந்த ஃபோட்டோல இருக்கறவங்களை ஐடென்டிஃபை பண்ணுங்க ஸார்..." பதிலில்லை.

பொன்னம்மாள் படத்தின் மீது விரலை வைத்து "இது உங்க மதர் இல்லீங்களா?"

"..."

"அவங்க காலமாயிட்டாங்க... உங்களுக்கு தெரியுமா?"

ராஜேந்திரனின் கண்களைக் கூர்ந்து நோக்கினார் டாக்டர். முதன் முறையாக சிறு சலனம்.

"இல்லே. உயிரோட இருக்காங்க..." குழறி வார்த்தைகள் வெளி வந்தன.

டாக்டர் ஒரு பொத்தானை அழுத்த மணி ஒலித்தது. உதவியாளர் எட்டிப் பார்த்தார். "நெக்ஸ்ட் பேஷன்ட்." உதவியாளர் வெளியேற இருவர் உள்ளே வந்தனர்.

அவர்கள் வந்து அமர்ந்தவுடன் டாக்டர் அகன்ற அந்த அறையில் சாளர அருகாமையில் இருந்த ஒரு மேஜை நாற்காலியைக் காட்டி ''ராஜேந்திரன் ஸார்... இங்கே உட்காரலாமா?'' என்றார். பதில் வராததும் ராஜேந்திரனின் தோளில் தோழமையுடன் கையை வைத்து ''அங்கே கொஞ்ச நேரம் உட்காருங்களேன்'' என்றார் அவன் கண்களை ஊடுருவி. ராஜேந்திரன் எழுந்தான். அவன் அமரும் வரை அவனுடன் நடந்தார். அந்த மேஜையில் நிறைய வெள்ளைக் காகிதங்களும் இரண்டு மூன்று பேனாக்களும் இருந்தன.

''எதாவது எழுதலாமா ஸார்...'' என்றார் டாக்டர். ராஜேந்திரன் சாளரம் வழியே வெளியுலகை வெறித்தபடி இருந்தான். டாக்டர் தமது இருக்கைக்குத் திரும்பும் முன் மன்னிப்புக் கோரிய படி மஞ்சுளா உள்ளே நுழைந்தாள். ''டாக்டர்... ஷல் ஐ ஹெல்ப் ஹிம் எக்ஸிட்?''

''ஐ டின்ட் கெட் யூ...'' டாக்டர் குரலில் சிறிய எரிச்சல் தெரிந்தது.

''நெக்ஸ்ட் பேஷன்ட் ஈஸ் இன்... ஸோ ஐ ஃபெல்ட்...''

''உங்களுக்கு நேரமாயிடுச்சா?''

''ஸம் வாட்... கன்ஸல்டேஷன் முடியலயா டாக்டர்?''

''நீங்க கௌம்புங்க... நான் ஃபோன் பண்ணும்போது வண்டியை அனுப்புங்க.''

''ஓகே... தேங்க்ஸ்...'' அவரை வித்தியாசமாகப் பார்த்தபடி மஞ்சுளா வெளியேறினாள்.

●

''பிள்ளைங்களா... இது ரொம்ப ஸிம்பில் மூவ்மென்ட்ஸ்... நல்லா கவனிங்க...'' ஆசிரியை அபிநயம் பிடிக்க மாணவிகள் சூழ்ந்திருந்தனர்.

'முருகா முருகா என்றால்
உருகாதோ உந்தன் உள்ளம்
வருவாய் வருவாய் என்றால்
மயிலேறி வாராயோ...'

இரு கைகளையும் விரித்து முக வடிவம்போல இடைவெளி விட்டு அசைத்துப் பிறகு கைகளைக் கூப்பியபடி தரையில் மண்டியிட்டுப் பின் சற்று முன்னே நடந்து இரு கரங்களையும் இடது பக்கம்

ஒன்றாக அசைத்து வருக என்பதுபோல பாவித்து இரண்டு கைகளையும் மேலே தூக்கி மெதுவாக அசைத்து மயில்போல பாவனை காட்டினார் ஆசிரியை. ''சித்ரா முன்னாடி நாட்டியத்தை ஆடுவா. பின்னாடி காவடி, கரகம், பால்குடம்ன்னு நீங்க ஒவ்வொரு அனுபல்லவிக்கும் மாத்தணும்.'' சித்ராதான் முக்கிய நடனம் செய்யப் போகிறாள் என்பது எந்தக் குழந்தைக்கும் வியப்பாக இல்லை. நடனம் சரியாக வரா விட்டாலும் அவர்களுள் சிவப்பானவளும் வசதியானவளும் அவளே. என்ன உடை என்ன செலவானாலும் அவளுடைய அம்மா வாங்கித் தந்துவிடுவாள்.

''நீங்க எல்லாரும் டிவியிலே வரப் போறீங்க. நினைவிருக்கில்லே. நல்லா ரிஹர்ஸல் பண்ணி நல்ல பேரை வாங்கணும்.'' ''எந்தக் கதை ஸீரியல்ல வரப் போவுதோ அதை படிப்போமா?'' ''நீ படி சித்ரா'' என்று அவளிடம் கொடுத்தாள். ''கதையோட டைட்டில் 'விபத்து' தொடர்ந்து படித்தாள் சித்ரா.

●

விடியற்காலை மணி ஐந்து. தினத்தந்தி, தினமலர், தினமணி என தமிழ் பேப்பர்களை மூன்று நான்கு வரிசையாகவும் அதேபோல ஹிண்டு, டைம்ஸ், க்ரோனிகில் ஆகியவற்றைத் தனி வரிசை யாகவும் பிரித்து அடுக்கினான். மொத்த பத்திரிகைக் கட்டு களையும் இடம் வலமாக மாற்றி மாற்றி அடுக்கி இருந்ததால் லாகவமாக அவனால் பிரித்து எடுக்க முடிந்தது என்பதை ரமேஷ் கவனித்தான்.

''இப்போ இந்தக் கட்டை பிரி'' என்று பாபு எழுந்த பின்தான் அவன் ஒரு பேப்பர் கட்டின் மீது உட்கார்ந்திருந்தது தெரிந்தது.

''இதுலேயிருந்து அந்த அந்த பேப்பருக்கு உண்டான சப்ளிமென்டை கட்டா எடுத்து மெயின் பேப்பர் கட்டோட வை.''

''சப்ளிமென்ட்டுன்னா?''

''சினிமா ஜோஸியமெல்லாம் போட்டு தனியா வரும்டா. அதான்.''

முதலில் ரமேஷின் கையில் கிடைத்த கட்டில் அவனது அபிமான நடிகர் ஒருத்தியின் தொப்புளருகே முகத்தை வைத்திருந்த படம் தெரிந்தது. ஒரு நிமிடம் அதை எடுத்துப் பார்த்தான். பாபு அவன் முதுகில் தட்டினான். ''தோ பாரு. நம்ப பேப்பர் படிக்க ஆரம்பிச்சா

பொளப்புல மண்ணுதான். தந்தி மெயினு, சப்ளிமென்ட்டு ரெண்டையும் இந்த பையில போடு.'' நீண்ட கித்தான் பையைக் காட்டினான். ரமேஷ் ஏஜென்டின் கடைக்குண்டான சைக்கிளின் ஹாண்டில் பாரின் இரு பக்கமும் மூன்று நான்கு பைகளை மாட்டும்போதே ஏஜென்ட் ''இன்னும் ரெண்டு நாளுக்குள்ளே சைக்கிளுக்கு வழி பாரு. உங்க நைனா எங்க வேல பாக்குறாரு?'' என்றான்.

''ஒடம்புக்கு சொகமில்ல. வேலைக்கி போவல.''

''அம்மா?''

''வூட்டு வேலைக்கி போவாங்க.''

''அந்த அய்யிருங்க வூட்டுல பளைய சைக்கிளு எதனாச்சும் இருந்தா கேட்டு வாங்கி கன்டிஷனா வெச்சுக்க. இன்னா?''

தலையை அசைத்த ரமேஷ் கிளம்பும் முன் பாபுவிடம் ''டேய்... சில பசங்க இங்கேயே மெயின் பேப்பருக்குள்ளார சப்ளிமென்ட்டை அடுக்குறாங்களே...'' என்றான்.

''அது டைம் வேஸ்ட்டுடா. அந்தந்த பையிலேயிருந்து ரெண்டையும் உருவிக்கிட்டே போனா வூட்டுக்குள்ளே நுழையும் போதே வேலை சுளுவா முடிஞ்சிரும்.''

பாபுவின் அறிவுரைப்படி அவன் நுழையும் வளாகத்தின் பெயர், எண் இவற்றைக் குறித்துக்கொண்டு ஹிண்டு என்றால் ஏ, டைம்ஸ் என்றால் கூ, தினமலர் என்றால் மலர், தினத்தந்தி என்றால் தந்தி என்று குறிப்பெடுத்தபடியே வந்தான்.

''ஒரு வாரம் இந்த சீட்டை வெச்சிக்கினு பேப்பர் போடு. அப்புறம் உனக்கே மனப்பாடம் ஆயிரும்.''

மாடிகளில் பாபு வேகத்துக்கு ரமேஷால் ஏற முடியவில்லை. குளிரையும் மீறி வியர்த்தது. மூச்சு வாங்கியது. 'அடுத்த வாரத்திலிருந்து விகடன்' என்றார் ஒருவர். 'குமுதம்' என்றார் இன்னொருவர். ''உடனே குறிச்சிக்க'' என்று ஓடியபடியே சொன்னான் பாபு. எங்கேயும் ஓட்டம்தான்.

''ஏண்டா அறிவில்லே தினமும் லேட்டா வர்றியே'' என்று அதட்டினார் ஒரு பெரியவர். இவர்கள் லைனில் அது கடைசித் தெரு. கையில் பாக்கியே நாலைந்து பேப்பர்கள்தான்.

முள்வெளி | 49

அடுத்து வந்த டீக்கடையில் பாபு சைக்கிளை நிறுத்தி ''ஸ்ட்ராங்கா ரெண்டு டீ போடுங்க '' என்றான்.

''என்னடா அந்தக் கௌவன் இப்புடி கத்துறாரு?'' என்றான் ரமேஷ். ''இத்தையெல்லாம் இந்தக் காதுலே வாங்கி அந்தக் காதுலே உட்ரு.''

ஒரு பையன் 'இன்னா மச்சி' என்று பாபுவைப் பார்த்ததும் சைக்கிளை நிறுத்திக் காலை ஊன்றினான். அவனைப் பார்த்து பாபு ''மச்சி, செல்வத்தைப் பாத்தா அவன் அண்ணன் கிட்டே பழைய மேத்ஸ் கைடு கேட்டேன். ஞாபகமா எடுத்தாறச் சொல்லு'' என்றான்.

''அவன் இன்னும் ரெண்டு வாரம் வரமாட்டான்.''

''ஏண்டா?''

''வால்மீகி நகர் ஃபர்ஸ்ட் ஸீ வார்டு ரோட்ல நாய் கடிச்சிடிச்சி.''

''தோ பாருடா. நிறைய பேரு வாயில வந்தபடியெல்லாம் பேசுவாங்க ரொம்ப யோக்கியம் மாதிரி. நாம காலையில பாத்துக்கினுதானே போவுறோம். எத்தினி வூட்டு வாசல்லே கோலம் இருக்குது? அதுக்கு ஒரு ஸ்டிக்கரை வாங்கி ஒட்டிடராங்கடா வசதியான வீட்டுப் பொம்பளைங்க. சாமி பாட்டு எத்தினி வூட்டுலே கேக்குது... சினிமாப் பாட்டுதான். நம்ப வேலயைப் பாத்துக்கினு மாசம் ஆயிரம் ரூபா துட்டு வந்துச்சான்னு போயிக்கினே இருக்க வேண்டியதுதான். ஸ்கூலுக்கு போறதுங்காட்டியும் வேலை முடிஞ்சிடும். ஈவினிங் ஷோ பாக்கவோ ஊரு சுத்தவோ துட்டும் கெடக்கிது. அவ்ளொதாண்டா.''

சைக்கிளைத் திருப்பிக் கொடுக்கும்போது ''ஸ்டீபனுக்கு கஸ்டமர்ஸ் கிட்டே நல்ல பேரு. நீயும் நல்லா பிக் அப் பண்ணிக்க'' என்றார் ஏஜென்ட். திரும்பி வீட்டுக்கு டபுள்ஸ் வரும்போது பாபுவிடம் ''யார்ரா அந்த ஸ்டீபன்? ஏன் வேலைய விட்டுட்டான்?'' என்றான். ''போகி அன்னிக்கி புகையும் பனிமூட்டமுமா இருந்திச்சி. எவனோ லாரிக்காரன் அடிச்சி அவன் செத்துட்டான்'' என்றான் பாபு.

●

''ராஜேந்திரன் வீட்டிலேருந்து வண்டி வந்துடுச்சா?''

''அரை அவர் முன்னாடி வந்துச்சி டாக்டர்.''

"அவரை அழைச்சிக்கிட்டு போயி வண்டியிலே ஏத்தி அனுப்பி விடுங்க.'' உதவியாளர் ராஜேந்திரனை சற்று இங்கிதக் குறைவாகவே எழுப்பி அழைத்துப் போனார்.

<u>மவுனம்</u>

காலத்தின் இழைகளால் தான்
சரித்திரத்தை நெய்கிறார்களாம்
அது உனக்கும் எனக்கும்
அவர்களுக்கும் பொதுவாம்
நான் மட்டுமே அறிவேன்
உன் இறந்த காலமும்
நிகழும்
என்னினின்று அன்னியமானவை
நாசூக்குகளுக்காகவோ
நல்லிணக்கமாகவோ
நீ என்னையும் நான் உன்னையும்
மையமென்று மொழிவோம்
இவ்விரவில் சாளரத்துக்கு அப்பக்கம்
அசைவினால் அது மரம் என்று தென்படுகிறது
மௌனமாய் இருக்க இயலும்
அதனுள் பறவைகளால் ராத்திரி முழுக்க.

ராஜேந்திரன் எழுதிய கவிதையை டாக்டர் அவனுடைய ஃபைலில் இணைத்தார்.

9

''**ச**ங்கீத்... நீ ஒரு 'பெக்' எடுத்துக்கறியா?'' என்றாள் லதா.

''நோ லதா... நான் ஒரு ட்ராப் கூட எடுத்துக்கறதில்லே. ஷேப் போயிடும். லாங்கர் ரன்ல அடிக்ஷனை அவாய்டே பண்ண முடியாது.''

''கமான். ஹியர் யூ ஆர் மை ஃப்ரெண்ட். நாட் மை கைனி. ஓகே?''

''லுக் லதா. ஆஸ் அ டாக்டர் மட்டும் நான் இதைச் சொல்லலே. டூ யூ வாட்ச் யுவர் ஃபிகர் இன் த மிர்ரர்?''

லதா சில நொடிகளுக்குப் பிறகு ''பாஸ்ட் ஒன் மன்தா ஐ ஆம் நாட் அட் ஆல் கம்போஸ்ட்.''

''ஐ கான்ட் பிலீவ்.''

லதா ஒரு துளி என்பதுபோல கண்ணாடிக் குப்பியில் இருந்த மதுவை அருந்தினாள்.

''உன் கிட்டே எவ்வளவு டைம் இருக்கு சங்கீத்?''

''கமான் லதா. உனக்காக எவ்வளவு வேணாலும் டைம் இருக்கு. பால்கனியிலே உட்காரலாமா?''

லதா செடிகள் நிறைந்த பால்கனியைத் தேர்ந்தெடுத்தாள்.

''மூணு பக்கம் பால்கனிங்கறது ஒண்டர் ஃபுல் டிஸைன் இல்லே? ஹூ வாஸ் தட் ஆர்க்கிடெக்ட்?''

‘‘ராஜேந்திரன். ஹீ ஈஸ் நாட் ஆன் ஆர்க்கிடெக்ட். பட் எ க்ரியேடிவ் மைண்டட் பர்ஸன்.’’

‘‘ஐ உட் லைக் டு மீட் ஹிம்.’’

‘‘யூ கான்ட் சங்கீத்.’’

‘‘ஒய்?’’

‘‘அதப்பத்தி பேசதான் உன்னை வரச் சொல்லி ரெக்வெஸ்ட் பண்ணினேன்.’’

லதா குரலின் நடுக்கத்தை கவனித்து சடேரெனத் திரும்பி சங்கீதா லதாவின் முகத்தைப் பார்த்தாள். கன்னங்கள் வரை கண்ணீர். ‘‘லதா வாட் ஈஸ் திஸ்? நீயா அழறே? ஐ ஹாவ் நெவெர் ஸீன் யு இன் டியர்ஸ்.’’ காங்கிரீட் சாய்வில் அமர்ந்திருந்த சங்கீதாவின் தோளில் சாய்ந்து விம்மி அழுதாள் லதா.

அவள் தலையைத் தடவியபடியே சங்கீதா ‘‘நீ மெயில்லே சொல்லியிருந்தது ராஜேந்திரனை பத்திதானா?’’ என்றாள். ஆமாமென்று தலையை அசைத்தாள் லதா.

‘‘நான்தான் ரிப்ளையில சொல்லியிருந்தேனே... சச் அஃபயர்ஸ் மீட் எ டெட் எண்ட் ஸூனர் தேன் லேடர்.’’

‘‘தட் ஈஸ் நாட் த இஷ்யூ நௌ.’’

‘‘தென்?’’

‘‘ஒன் மினிட்...’’ அறைக்குள் சென்று திரும்பிய லதாவின் கையில் ஒரு கத்தைக் காகிதம். ‘‘இத படிச்சுப் பாரு.’’ ‘முடிச்சு’ என்று தலைப்பிட்டிருந்த சிறுகதை.

●

காலை மணி ஆறு.

இன்றைக்கு மொஸைக் லோடு வரப் போகிறதென்றால் அன்புதான் லாரியை ஓட்டியபடி வருவான். வளர்மதிக்கு அவன் வருகை மிகவும் நம்பிக்கை அளித்தது. இன்னும் மூன்று நான்கு மாதங்களில் கலாவின் படிப்பு முடிந்துவிடும். ரிசல்டுக்காகக் காத்திருக்கக் கூட வேண்டாம். அன்பு வீட்டைப் பொருத்த வரை அவனுக்குத் தங்கச்சி என்று யாருமில்லை. அக்காக்களைக் கட்டிக் கட்டிக் கொடுத்தாகிவிட்டது. ஒரு கெட்ட பழக்கமும் கிடையாது. கூலிக்காரர்கள் யாராவது சொணங்கினால் ‘குடிகாரப் பயலுவளா’

என்று அதட்டுப் போடுவான். லாரிச் சத்தம் கேட்டதும் ஒரு டீத்தண்ணீயாவது அவனுக்கு வைத்துத் தர வேண்டும். அக்கா அக்காவென்று அவன் கூப்பிடுகிற அழகே தனி. கலாவை மனதில் வைத்துக் கொண்டுதான் கூப்பிடுகிறானோ என்று அவளுக்கு ஐயமுண்டு. கலா இப்போது தூங்கிக் கொண்டிருப்பது நினைவுக்கு வந்தது. புள்ளிகளை இணைத்து இணைத்து அழகான கோலமும் வந்துவிட்டது. அறைக்குள் நுழைந்து விளக்கைப் போட்டாள். கோலப் பொடி டப்பாவை அதன் இடத்தில் வைத்தபடியே ''ஏய் கலா... எந்திரிடி. விடிஞ்சு மணி ஆறாயிடிச்சு. பொம்பளப் புள்ளே இன்னும் என்னடி தூக்கம்?''

''இன்னிக்கி ஞாயித்துக் கிளமைதானேம்மா...'' போர்வைக் குள்ளிருந்தபடியே குரல் கொடுத்தாள் கலா.

''ஒரு குடம் குடிக்கத் தண்ணி எடுத்தா. மீனு, மட்டனு எல்லாம் நீதான் வாங்கியாரணும். மசாலா அரைக்கவே எனக்கு நேரம் பத்தாதுடீ...''

''கொஞ்ச நேரத்துல எந்திரிக்கறேம்மா. அங்கே அண்ணி வெரட்டறா. இங்க வந்தா நீயும் விட மாட்டேங்கறே...''

''புள்ளைய எதுக்குடீ இப்பமே எளுப்பறே?'' பின்னாலிருந்து ராசுவின் குரல் கேட்டது.

''இங்கின பஞ்சாயத்துக்கு ஆளில்லேன்னு புலம்பினாங்களா? கேட்டாண்ட போங்க. லோடு வர்ற நேரம் ஓனரும் வருவாரு...''

''ஓனரு அப்பா காலத்திலேயிருந்து எனக்கு சர்வீஸு. என்னை ஒண்ணும் சொல்ல மாட்டாரு.''

''அதானே ரொம்ப அள்ளிக் கொடுக்கறாங்க பாரு... வயசுப் பொண்ணு... நாளைக்கி கட்டிக் கொடுக்கற எடத்தில இப்டி தூங்கிக்கிட்டிருந்தா என்ன நெனப்பாங்க?''

''அவுளுக்கென்னடி இப்போ வயசாச்சு... சின்னப் புள்ளே.''

''வவுத்துலே நெருப்பக் கட்டிக்கிட்டிருக்கிறது நான்யா... நீங்க வேணா அவள மடியில வெச்சு கொஞ்சுங்க. மருமவ இப்பவே தன் சொந்தத்திலே இவள தள்ளிவிடலாமான்னு பிளானு போடறா...''

அப்பா அம்மா சண்டை கலாவை எழுப்பப் போதுமானதாக இருந்தது. ''முகத்தை களுவிக்கிட்டு வா சீக்கிரம். தலைய சீவி வுடறேன்.'' லாரியின் ஹாரன் சத்தம் கேட்க ராசு வாசலை நோக்கி விரைந்தான்.

பத்து நிமிடங்களுக்குள் கலா குடத்தை எடுத்துக்கொண்டு கிளம்பிவிட்டாள். தேநீருக்கான ஏற்பாட்டை செய்து அடுப்பைத் தணித்து வைத்துவிட்டு முன் வாசற்பக்கம் சென்றாள் வளர்மதி.

ஓனர் காரிலிருந்து இறங்காமலேயே ராசுவிடம் ஏதோ பேசிக் கொண்டிருந்தார். கூலியாட்கள் டைல்ஸை இறக்கி வைத்துக் கொண்டிருந்தார்கள். மேஸ்திரி அவர்களை விரட்டிக் கொண்டிருந்தான். லாரியின் முன்பக்கம் தரையில் அன்பு குனிந்தபடி உட்கார்ந்திருப்பது தெரிந்தது. ''என்ன தம்பி, வண்டியிலே ஏதும் ரிப்பேரா?'' என்றாள்.

''ஒண்ணுமில்லேக்கா... இந்தத் துணி சிக்கிக்கிட்டிருக்கு அதை எடுத்துக்கிட்டிருக்கேன்.'' நம்பர் பிளேட்டுக்கு அருகே ஒரு கறுப்புத் துணி தொங்கிக் கொண்டிருந்தது. அதன் முடிச்சை அவன் நிரடிக் கொண்டிருந்தான்.

''டீக்கி சொல்லிடாதீங்க. நான் போட்டு வெச்சிருக்கேன்...'' என்றாள்.

''உங்க கையாலே டீ குடிக்க கொடுத்து வெச்சிருக்கணும்க்கா'' என்றான் வாய் நிறைய.

வளர்மதி தேநீரை பல டம்ளர்களில் ஒரு தட்டில் வைத்து எடுத்து வந்தாள். அன்புவுக்கு முன்னர் அனைவரும் தானே முன் வந்து கோப்பைகளை எடுத்துக் கொண்டனர். அன்பு இன்னும் அந்தத் துணியுடன் போராடிக் கொண்டிருந்தான். ''முதல்ல டீயை குடிங்க தம்பி. என்ன துணி அது?''

''நம்பர் ப்ளேட்டை மறைச்சி கட்டினோம் . ரொம்ப நாளா ஒரு ட்ராஃபிக் போலீஸுக்காரன் துட்டையும் வாங்கிக்கிட்டு தொல்லையும் குடுத்துக்கிட்டே இருந்தான். அதான் நம்பர் ப்ளேட்டில துணியைக் கட்டிட்டு வண்டியால பின்னாடியிருந்து ஒரு தட்டுத் தட்டினேன்.''

''செத்துட்டானா?'' என்றாள் வளர்மதி பதறியபடி.

''செத்திருக்க மாட்டான். ஹெல்மெட் போட்டிருந்தான். அவனோட மோட்டார் சைக்கிள் ரோட்டோரம் சரிஞ்சு கீழே விளுந்தான். எலும்பெல்லாம் நொறுங்கிருக்கும்.'' இந்த முறை அவன் விரல்களில் முடிச்சு விடுபட்டு அவிழ்ந்தது.

●

''அவரு ரைட்டரா? அதான் அவரோட சேர்ந்து எமோஷனல் ஆயிட்டியா?'' என்று வாசிப்பிலிருந்து தலையை நிமிர்த்தினாள் சங்கீதா. இப்போது லதாவின் முகம் இயல்பாயிருந்தது.

''கொஞ்சம் என்னோட இந்த மோமென்டோட ஸ்ட்ரெஸ்ஸை புரிஞ்சுக்க சங்கீத்...''

''சொல்லு.''

''இந்த கதையையும் சேத்து அவரோட இருபத்தினாலு கதை ஸீரியலா ஷூட் ஆகிக்கிட்டிருக்கு.''

''நல்லதுதானே.''

''அது அவரு சுய நினைவோட இருந்தப்போ எனக்கு ரைட்ஸ் எழுதிக் கொடுத்தது.''

''இப்போ என்ன ஆச்சு?''

''ஹீ ஈஸ் அண்டர் ட்ரீட்மென்ட் ஃப்ரம் பெசன்ட் நகர் டாக்டர் சிவராம்.''

''ஃபேமஸ் சைக்யாட்ரிஸ்ட். எங்க அண்ணனோட ஃப்ரெண்ட்.''

''அதான் சங்கீத். ராஜேந்திரனோட ப்ரஸென்ட் ஸ்டேடஸ் என்னன்னு நீ கேட்டு சொல்லணும்.''

''டன். ஓகே? உன்னோட ஆக்சுவல் ஸ்ட்ரெஸ் என்ன?''

''எங்க ஃப்ரெண்ட்ஷிப்பை பிஸினஸ் ஆக்கிட்ட மாதிரி ஒரு கில்டி ஃபீலிங்...''

''டோன்ட் பீ ஸ்டுபிட்'' என்றாள் சங்கீதா.

●

கட்டிலை விட்டு எழுந்தான் ராஜேந்திரன். கட்டில், மேஜை, நாற்காலி இவற்றுக்கும் எனக்கும் இரண்டு கால்கள் மட்டுமே வித்தியாசம். பயனைப் பொருத்து அவற்றிற்கு ஒரு அடையாளம். எனக்கு வேறு அடையாளம். வேண்டுமளவு வீட்டுக்குள் சிறைப்பட இயல்வது மட்டுமே ஒற்றுமை. அதனால் எனக்கும் அவற்றைப் போலவே வீட்டுக்குள் இடம் உண்டு. பயன்பாட்டு அடிப்படையிலான அடையாளத்துள் சிறைப்பட்டால் எங்கேயும் இடம் உண்டு.

பால்கனி கதவைத் திறந்து வெளியே பார்த்தான். தோட்டத்தில் செக்யூரிட்டியுடன் வேலைக்காரி பேசிக் கொண்டிருந்தாள். வரவேற்பறைக்கு வந்து வாசற் கதவைத் திறக்க முயன்றான். வெளிப்பக்கமாய்ப் பூட்டியிருந்தது.

திரும்ப அறைக்குள் வந்து மேஜையில் அமர்ந்தான். காகிதங்களை வெகு நேரம் வெறித்துப் பார்த்தபடி இருந்தான். பிறகு எழுத ஆரம்பித்தான்.

'தெப்பக் குளத்தில் கடைசிப் படி வரை
இப்போது இறங்க இயலும்
சேறும் சகதியும் எஞ்சின
நடுமண்டபத்தைச் சுற்றி
தவளைகளும் சிறுவர்களும்
துள்ளிக் குதித்திருக்க.'

●

அசோக் நகர் பூங்காவின் இடைப்பட்ட நடைபாதையில் அனேகர் நடை பயின்று கொண்டிருந்தனர்.

வெங்கடாசலம் பூங்காவைக் கண்களால் துழாவியபடியே உள்ளே நுழைந்தார். இடது பக்கம் உள்ள நடை பாதை வழியாக நடந்தபடியே இருந்தார். திரும்பும் இடத்தில் "வெங்குட்டு ஐயா. வாரும்" என்ற பரிச்சயமான குரல் கேட்டது. ரெங்கசாமியேதான்.

"உமக்காக இடம் பிடிச்சி எவ்வளவு நேரம் சாமி காத்திருக்கிறது?"

"வழக்கமா லேட்டா வருவீர். நான் இடம் புடிப்பேன். இன்னிக்கி என்ன விசேஷம்? கொஞ்சம் தெளிச்சலா இருக்கீரு?"

"விஷயம் இருக்கு வெங்குட்டு ஸார். ஒரு காலத்தில ஆபீஸில ரெக்ரியேஷன் கிளப்புல பாட்டு பாடினா கிண்டலடிப் பானுங்களே... இப்பம் நான் பாடின பாட்டு டிவியிலே வரப் போவுது."

"கையக் குடும். அப்படி என்ன பாட்டு பாடப் போறீர்?"

"புல்லாங்குழல் கொடுத்த மூங்கில்களே... எங்கள் புருஷோத்தமன் புகழ் பாடுங்களே..." பெரியவர் சற்றே உரத்துப் பாட ஆரம்பிக்க, பலரும் திரும்பிப் பார்த்தார்கள்.

10

'டாக்டர் சிவராமை சந்தித்தேன். அவர் கருத்தில் ராஜேந்திரன் ஒரு பக்கம் கடுமையான மன அழுத்தத்திலும் மறுபக்கம் கற்பனாசக்தியுடைய எழுத்து முயற்சியிலும் சிக்கிக் கொண்டிருக்கிறார். விபரீதமான எதையும் வெளியுலகில் அவர் செய்யாததால் காலப்போக்கில் அவர் மனம் சமனப்படும் வரை காத்திருப்பதே சிறந்தது. அவர் மன அழுத்தத்துக்கான காரணமும் பிடிபடவில்லை. இது ஆரம்ப நிலையே. மீட்க முடியாத நிலைக்கு ராஜேந்திரன் போகவில்லை. எனவே நீ கவலைப்பட வேண்டிய அவசியமில்லை.' டாக்டர் சங்கீதா ஈமெயிலை லதாவுக்கு அனுப்பிய பிறகு நர்ஸ் ஸ்ரீகலாவை அழைத்தாள். "ஸ்ரீகலா, தமிழ் நல்லா வருமா உனக்கு?"

"பேஷன்ட்ஸ்கிட்டே பேசிப் பேசி நல்லா பாடம் ஆயிடுச்சு டாக்டர்."

"உங்க ஊர்க்காரங்க நிறைய பேர் நல்லா பாடுவாங்களே."

"கலாக்ஷேத்ராவில படிச்சவங்க என்னோட ரிலேடிவ்ஸ் நல்லா பாடுவாங்க டாக்டர்."

"பிருந்தாவனத்தில் கண்ணன் வளர்ந்த அந்த நாளும் வந்திடாதோ...' இந்த பாட்டு கேட்டிருக்கியா ஸ்ரீகலா?"

"எம் எஸ் மீரா படத்துல பாடினது."

"இதை டிவி ஸீரியலுக்கு பாடற ஒருத்தரை கண்டுபிடிப்பியா?"

''முடியும் டாக்டர். எங்க ரிலேடிவ்ஸ்ல ஒரு பொண்ணு ஸ்ருதி சுத்தமாப் பாடும்.''

''குட். ஒரு டிவி ஸீரியல்ல நீ நடிக்க சான்ஸ் கிடைச்சா நடிப்பியா?''

''நெஜமாவா டாக்டர்?'' ஸ்ரீகலாவின் முகத்தில் மெலிதான சிவப்பு.

''ஆமாம். உனக்கு சம்மதமா?''

''யெஸ் டாக்டர்.''

''தமிழ் படிக்கத் தெரிஞ்ச ஒரு ஆள வெச்சு இந்தக் கதையை படி. டிவிக்காரங்க கூப்பிட்டு அனுப்புவாங்க.''

''ரொம்ப தேங்க்ஸ் மேடம்.'' டாக்டர் கொடுத்த கத்தைப் பேப்பருடன் ஸ்ரீகலா நகர்ந்தாள்.

●

வாயிற்கதவு திறந்தவுடன் வேலைக்காரியை இடித்துத் தள்ளாத குறையாக ராஜேந்திரன் வெளியே வந்து படியிறங்கி, தோட்டத்தில் வைத்திருந்த தொங்கு கூடையில் அமர்ந்து ஆட ஆரம்பித்தான்.

வேலைக்காரி ஓடிப் போய் செக்யூரிட்டியிடம் ''இவுரு மென்டலானதிலேருந்து ஒரே தல நோவு'' என்றாள். வாட்ச்மேன் ஊஞ்சலாடிக் கொண்டிருந்த ராஜேந்திரனை வீட்டுக்குள் வரச் சொல்லி மன்றாடியது பலனளிக்கவில்லை.

வாகனங்களின் பேரிரைச்சலுடன் அங்கிருந்து இங்கும் பின்னர் வேறு இடத்துக்கும் மக்கள் விரைந்துகொண்டே இருக்கிறார்கள். நகருவது வேறு ஒருவரை அல்லது ஒன்றை நகர்த்துவதற்காக. விரைவது சமூக வாழ்க்கையின் ஓயா விரைவுகள் தொய்யவே கூடாது என்று உறுதி செய்வதற்காக.

எதையேனும் தேடி ஓடுவது என்பது ஒன்று; ஓடிக்கொண்டே இருந்தால் தேடிக்கொண்டே இருக்க ஏகப்பட்டது கிடைக்கும் என்பது ஒன்று. இப்படி ஓடுபவர்கள் நகரத்தில் வெளிப்படையாக ஓடுகிறார்கள். கிராமத்தில் ஓடாமலேயே ஓடுகிறார்கள். நகரத்தின் ஓட்டம் கிராமத்தில் கசிந்து பரவிவிட்டது. நகரம் என்னும் நாணயத்தின் ஒரு பக்கம் ஓட்டம். மறுபக்கம் பாசாங்கான நாசூக்கு.

திடீரென ஊஞ்சல் நின்றது. மஞ்சுளா, ''எதுக்கு வெளியே வந்தீங்க?'' ராஜேந்திரன் எதுவும் பேசவில்லை.

''வாங்க... உள்ளே வாங்க... நேரா பாத்ரூமுக்கு போங்க...'' அவனது கையைப் பிடித்து இழுத்து வீட்டுக்குள் அழைத்துப் போனாள். அவளுடன் வந்து தள்ளி நின்றபடி இருந்த இளைஞன் அவர்கள் பின்னாடியே போனவன் வாயிலில் தயங்கி நின்றான். ''கம் இன்ஸைட். ஹீ மஸ்ட் கம் அவுட் க்ளீன் ஷேவன்.''

''யெஸ் மேம்.''

ராஜேந்திரன் குளித்து வெளியே வந்ததும் அவனது தலைமுடி ஒன்றை சோறு பதம் பார்ப்பதுபோல் தொட்ட மஞ்சுளா ''குட். நல்லா துவட்டி விட்டிருக்கீங்க. அல்டர்னேட் டேஸ் மார்னிங் நேரா இங்கே வாங்க.''

''யெஸ் மேம்.''

தனது அறையில் நுழைந்ததும் ராஜேந்திரன் நாற்காலியில் அமர்ந்து எழுதினான்:

'காற்று தன்னிச்சையாய்த்
திரிகிறது என்பது தோற்றம்
மேகத்தையும் மழையையும்
காற்றுதான் கட்டுப் படுத்தும்
என்பது மாயை
தோற்றம் மாயை
என்னும் ஆடைகளைப்
புனைந்து திரியும் உண்மை
தன்னிச்சையாய்.'

●

ஆஸ்பத்திரிப் படுக்கையில் ஒரு பெரியவர் கையில் காகிதங்களுடன் உரத்து வாசிக்க ஆரம்பித்தார். ஸ்ரீகலா பவ்யமாக அமர்ந்து கேட்டுக் கொண்டிருந்தாள். ''கதையோட தலைப்பு 'அவசரம்'.''

காலை மணி ஏழு.

கதவைத் திறந்து ஷோபனா உள்ளே நுழைந்தாள். ''சித்ரா இன்னும் எழுந்துக்கலியா?'' ரமேஷ் பதில் சொல்வதற்குள் கழிப்பறைக்குள் சென்றுவிட்டாள். அவள் வெளியே வந்து பல் துலக்குவதற்குள்

ரமேஷ் காபி கலந்துவிட்டான். அவள் நேரே படுக்கையறைக்குள் நுழைந்து சித்ராவை எழுப்ப அவள் அழுதபடியே எழுந்தாள்.

''சீக்கிரம் பல் தேச்சு பாத்ரூம் போயிட்டு வா... இன்னும் அரை மணியிலே ஸ்கூல் வேன் வந்துடும்.''

ரமேஷ் அவளிடம் காபி டம்ளரை நீட்டினான். ''வேண்டாம் ரமேஷ். நான் லெமன் ஜூஸ் குடிக்கப் போறேன். நேத்திக்கி யூட்ரஸ் ரிமூவ் ஆன லேடி நைட்டெல்லாம் அனத்தி தூக்கத்தையே கெடுத்திட்டா. நர்ஸ் பொழப்பு பொழைக்கறதுக்கு பதிலா குப்பை அள்ளலாம்.'' ரமேஷ் பதிலேதும் சொல்லாமல் எலுமிச்சம் பழத்தைத் தேடி ஃப்ரிட்ஜைத் திறக்கும்போது ஒரு 'ஸாஸ்' பாட்டில் கீழே விழுந்து உருண்டது. நல்ல வேளை உடையவில்லை.

''பொறுமையா பண்ணுங்கப்பா. நீங்க எல்லாத்தையும் உருட்டிட்டு மெஸ் அப் பண்ணிட்டு ஆஃபீஸ் போயிடறீங்க. தூங்கி எழுந்து க்ளீன் பண்ணிட்டு சமைச்சு முடிக்கறத்துக்குள்ளே அவ வந்திடறா. அவளை கவனிச்சு டியூட்டிக்கு கௌம்பறதுக்குள்ளே தாவு தீந்து போவுது.''

சித்ரா தனது பள்ளிக்கூட சுமைப் பையில் ஏதோ தேடிக் கொண்டிருந்தாள். ஷோபனா அவள் முதுகில் ஒரு அடி வைத்து ''இப்ப என்னடி தேடறே? ராத்திரி ஃபுல்லா கார்ட்டூன் நெட் ஒர்க், அப்பாவோட கேரம்னு கொட்டம் போட்டுட்டு... போடீ பாத்ரூமுக்கு...'' என்று அவளைப் பிடித்துக் கழிப்பறைக்குள் தள்ளினாள். வெளியே வந்தவுடன் படுக்கையறைக்குள் இழுத்துச் சென்றாள். சீருடை அணிந்த சித்ரா ஹாலில் சம்மணமிட்டு அமர்ந்தாள். அவள் பின்பக்கமாக அமர்ந்த ஷோபனா அவளது தலைமுடியை பின்னத் தொடங்கினாள். ''கூன் போடாதடி. நேரா உட்காரு'' குழந்தையின் முதுகில் குத்தினாள். சித்ரா ஓ என்று அழத் துவங்கினாள். ''அழாதடீ... கண்மை கரைஞ்சிடும்.''

ரமேஷ் நூடுல்ஸ் எடுத்து வரும்போது சித்ரா தனது ஸ்கூல் பையைச் சுற்றி புத்தகங்களைப் பரப்பி இருந்தாள்.

''டைம் ஆச்சேடா கண்ணு'' என்றான் ரமேஷ். ''அப்பா... நான் சாப்பிட்டுக்கிட்டே சொல்றேன். அந்த புக்ஸை மட்டும் எடுத்து உள்ளே வெச்சுடறியா?''

அவன் புத்தகங்களையும் பைக்குள் ஒழுங்கு செய்து முடிப்பதற்குள் ஸ்கூல் வேன் ஹாரன் ஒலித்தது. ''அப்பா லன்ச்சுக்கு ப்ரெட் வெச்சியா?''

முள்வெளி | 61

''உடனே ரெடி பண்றேன்.'' ஒரு தட்டின் மீது இரண்டு ரொட்டித் துண்டுகளை வைத்தான். அவை இரண்டின் மீதும் சீராக 'ஜாமை'த் தடவினான். பிறகு வெண்ணெய். ஒவ்வொரு ரொட்டி மீதும் மற்றொரு ரொட்டியை வைத்தான். அதற்குள் ஹாரன் சத்தம் இன்னும் நீண்டு இன்னும் ஓங்கி ஒலித்தது. ரொட்டியை இறுதியாகக் குறுக்காக வெட்ட வேண்டும். ஷோபனா குறுக்காக வெட்டி இரண்டு முக்கோணங்களாக அவற்றை பிசிறில்லாமல் கச்சிதமான முக்கோணங்களாய்க் கொண்டுவருவாள்.

கத்தியை வைத்து வெட்ட ஆரம்பித்தான். அழுத்தம் தாங்காமல் பீங்கான் தட்டு ஒரு புறம் சரிந்தது. இடது கையால் தட்டின் ஒரு பக்கத்தை அழுத்திக்கொண்டு ரொட்டி ஜோடியை வெட்டினான். அழுத்தி வெட்டிய வேகத்தில் ரொட்டியை வெட்டி முடித்து இடது கைக் கட்டை விரலுக்குக் கீழே உள்ளங்கை ஓரத்தில் கத்தி ஆழமாக இறங்கிவிட ரத்தம் குபுகுபுத்தது. தரையில் வழிந்தது. ''அப்பா... ரத்தம்...'' சித்ரா கீச்சிட்டாள். ''உஸ்... கத்தாதே... அம்மா எழுந்தா திட்டுவா'' என்றபடி குளியலறைக்குள் புகுந்து ஒரு துண்டை ஈரப்படுத்தி கையில் சுற்றிக் கொண்டான். சென்ற வழியெல்லாம் ரத்தம். குழந்தை பயந்து ஓரமாக நின்றாள். ஈரத்துணியைக் கையில் சுற்றிக்கொண்டு வெளியே வந்தவன் சமையலறைக்குச் சென்று அவளது லன்ச் பாக்ஸில் ரொட்டியை வைத்து, குடி தண்ணீர் பாட்டிலை நிரப்பி அவளது முதுகுப் பைக்குள் போட்டான். ''ஷூவை வேன்லே போட்டுக்கோ...'' என்று அவளை வாரித் தூக்கிக்கொண்டு மறு கையில் ஷூ, ஸாக்ஸ் இவற்றை எடுத்து குழந்தையின் முதுகுப்பையையும் கையில் மாட்டிக்கொள்ள முயன்றபோது ரத்தம் பீறிட்டுத் துண்டை நனைப்பது தெரிந்தது. அதைப் பொருட்படுத்தாமல் மாடிப் படிகளில் தடதடவென இறங்கி அவளை வேனுக்குள் ஏற்றியபோது ''உன்னை மாதிரி நாலு பேரு இருந்தா போதும் என் பொளப்பு நடந்த மாதிரிதான்'' என்றான் டிரைவர்.

''ஷோபனா ஊருலே இல்லியா? உங்க கையிலே என்ன ஆச்சி?'' என்றார் ஒரு பாட்டி. ''ஒன்றுமில்லை'' என்று வீட்டுக்குள் விரைந்தான்.

ஃப்ரிட்ஜை ஒற்றைக் கையால் திறக்கும்போது மறுபடி ஸாஸ் பாட்டில் கீழே விழுந்தது. இந்த முறை உடைந்தது. நல்ல வேளை. கொட்டிய 'ஸாஸி'லேயே நிறைய உடைந்த கண்ணாடித் துண்டுகள் சிக்கிக் கொண்டன. அதனால் அதிக தூரம் தெறிக்க

வில்லை. ஹாலில் 'ஸாஸ்'. சமையலறை முதல் குளியலறை வரை ரத்தம் என வீடே பயங்கரமாகக் காட்சி அளித்தது. ஷோபனா மட்டும் இப்போது விழித்திருந்தால் பெரிய ரகளை ஆகி இருக்கும்.

ஃப்ரிட்ஜின் ஃப்ரீஸரிலிருந்து ஐஸ் ட்ரேயை வெளியில் எடுத்தான். உணவு மேசை மீது வைத்து ஐஸ் க்யூப்பை எடுக்க முயன்றான். வழுக்கித் தரையில் ஓடிச் சிதறின பனிக் கட்டிச் சில்லுகள்... ஓரிரு பெரிய சில்லுகளை எடுத்து கையைச் சுற்றியிருந்த பருத்தித் துண்டை உதறிவிட்டு, வாஷ் பேசினில் கையைக் காட்டிக் குழாயைத் திறந்துவிட்டான். உறைந்தும் உறையாமலுமிருந்த ரத்தம் தண்ணீரோடு கலந்து ஓடியது. குபுகுபுவெனப் புதிதாக ரத்தம் கொப்பளித்தபடியே இருந்தது. ஐஸை வைத்து அழுத்திக் கையை அப்படியே மூடிக் கொண்டான். அதீத சில்லிப்பு வலி தருவதாக இருந்தது. சற்றே அயற்சியாக உணர்ந்தான். சோபாவில் அமர்ந்தான். குழந்தை பாதி நூடுல்ஸை சாப்பிடாமற் போனது வருத்தமாக இருந்தது.

சில நிமிடங்கள் கழித்து விரல்களை விரித்துப் பார்த்தபோது ஒரு வழியாக ரத்தம் உறைந்திருந்தது.

தரை துடைக்கும் துணியை எடுத்து நனைத்து தரையில் உலர்ந்து கொட்டியிருந்த ரத்தக் கறைகளைத் துடைத்தான். இன்று அலுவலகத்துக்கு சீக்கிரம் போக வேண்டி இருந்தது. துணியில் ரத்தக் கறை பார்க்கக் கோரமாய் இருந்தது. அப்படியே குப்பைக் கூடையில் போட்டான். நினைவுக்கு வந்தவனாய் கையைச் சுற்றி ரத்தத்தை உறிஞ்சச் சுற்றியிருந்த பருத்தித் துண்டை குளியலறையில் வீசியிருந்த இடத்தில் இருந்து எடுத்தான். அது ரத்தத்தால் மிகவும் தோய்ந்து அசிங்கமாயிருந்தது. அதையும் குப்பைக் கூடையில் போட்டான்.

குளிப்பதும் உடையுடுத்துவதும் பெரிய சவாலாயிருந்தது. நடு உள்ளங்கை வரை பெரிய ஆழ்ந்த வெட்டு. எங்கே ரத்தம் மறுபடி பீறிட்டு வருமோ என்று உஷாராக இயங்க வேண்டியிருந்தது. சாப்பிடுமளவு பொறுமையும் நேரமுமில்லை. ரத்தம் பீறிடாமல் வாசல் 'க்ரில் கேட்'டைப் பூட்டுவது பெரிய வித்தையாக இருந்தது. இரண்டு சக்கர வாகனத்தின் நடு ஸ்டாண்ட்டை விடுவித்து வண்டியில் ஏற முயன்றபோது கவனப் பிசகால் மீண்டும் ரத்தம் கசிந்தது. வண்டிக்கு ஸைட் ஸ்டாண்ட் போட்டு விட்டு கையில் கர்ச்சீஃபைச் சுற்றிக் கொண்டு தெருக்கோடியில் இருந்த 24 மணி நேர க்ளினிக்கில் நுழைந்தான்.

"கையில காயம்... அர்ஜன்ட்" என்றான் வரவேற்பில் இருந்த பெண்ணிடம்.

"எல்லோருக்குமே அர்ஜன்ட்தான் ஸார். மண்டையிலே அடிபட்ட வங்களே க்யூல இருக்காங்க. ஒரே ஒரு நர்ஸ்தான் கட்டுப் போடறது, ஊசி போடறது எல்லாமே... வெய்ட் பண்ணுங்க..." என்றாள்.

11

பாட்டிலில் இருந்த குடிநீரை ஒரு மிடறு குடித்து, மறுபடி மூடி வைத்தான் ராஜேந்திரன். வெளியே மழை பெய்து கொண்டிருந்தது.

மழை பெய்யும் நீரில் எந்த அளவு எங்கே போய்ச் சேருகிறது? மரத்தின் ஆணி வேர்கள் அருந்துவது எப்பொழுது மழை பொழிந்து நிலம் உள் வாங்கிய ஈரம்? இந்த பாட்டிலில் உள்ள நீரைப்போல அடைபட்டோ, நதிபோல ஒழுங்குபட்டோ, பொழிந்தோ, நிலத்துள் ஊடுருவியோ வெவ்வேறு வடிவங்களில் குதூகலிக்கிறதா? ஈரமான காற்றில் தண்ணீர் காற்றுடன் கலந்ததும் வடிவம் மாறியது எது காற்றா? தண்ணீரா? நிறைவதும் நழுவுவதும் சேருமிடத்தின் வசம் விட்டுவிடும் நீர் இயல்பே அற்றதா? அல்லது அவ்வாறு பாவனை செய்கிறதா? விருப்பங்களே அதற்குக் கிடையாதா? இல்லை உலகம் புரிந்துகொள்ள இயலாத பாவனைகளில் தன் விருப்பங்களைச் சுமக்கிறதா? சுத்தம் செய்வதாகவும், நோயைப் பரப்புவதாகவும், வாழ வைப்பதாகவும், அழிப்பதாகவும் எல்லாமாகவுமே இருக்க இப்படிப்பட்ட பாவனைகள் துணை போகுமா? அச்சுறுத்தவும், நேசிக்கப்படவும், ரகசிய விருப்பங்களைச் சுமக்கவும் நீர் யாருக்கு வழி காட்டுகிறது? எல்லா உறவுகளின் தொடக்கமும் இந்த வழிகாட்டலில்தானா?

எழுதத் தொடங்கினான்:

'ஒரு சருகை உதிர்ந்த பூவை
சிறிதும் பெரிதுமான இறகுகளை

குப்பைகளை எச்சங்களை
அழுக்கை நிழலை
ஒளியை நதியை
எலும்புகளை சாம்பலை
எதையும் அணிந்து
கொள்ளும்
நிலம்
அதன் அடையாளம் இவற்றிற்கு
அன்னியம்தான்
இரண்டாவது நபரின் விழிகளுக்கு
அசல் முகத்துக்கல்ல.'

●

மதிய நேரம் ப்யூட்டி பார்லர் வெறிச்சோடிக் கிடந்தது. சற்றே கண்ணயர்ந்திருந்த விமலா ஒரு கார் வந்து நிற்கும் சத்தத்தால் கண் விழித்தாள். ரஞ்சனி மேடம். ''குட் ஆஃடர் நூன் மேடம்'' என்று வரவேற்றாள்.

''மனமே கணமும் மறவாதே... ஜகதீசன் மலர்ப் பதமே...' இந்த பாட்டை நீ கேட்டிருக்கியா?'' என்றார் ரஞ்சனி. ''இல்ல மேடம்.''

ரஞ்சனி தன் கைப்பையை வரவேற்பு மேஜை மீது வைத்து எதையோ தேடத் துவங்கினார்.

''ஃபேசியலா மேடம்?''

''இல்லை. நீ ஒரு வேலை செய்யணும். நீ டிவியிலே ஆக்ட் பண்ணப் போறே...''

விமலாவுக்கு ரஞ்சனி மேடம் கண்டிப்பாகக் கிண்டலடிக்கிறார் என்று ஊர்ஜிதமானது.

''என் தொழிலை எல்லாருமே மட்டமாதான் நினைக்கறாங்க. நீங்க வேறே ஏன் மேடம் கிண்டலடிக்கறீங்க?''

''இதோ பாரு விமலா... நான் உன்னை கிண்டலடிப்பேனா? என்னோட ஃப்ரெண்ட் ஒருத்தி என்னை ஒரு டிவி ஸீரியல்லே பாடச் சொல்லியிருக்கா. ஒரே ஒரு எபிஸோட்தான் அது. அதே எபிஸோட்ல நீயும் நடிக்கறே. நெஜமாதான்.''

''நம்ப முடியலியே மேடம்...''

''முதல்ல இந்த கதையை படி.'' 'அழகு' என்று தலைப்பிட்டிருந்தது.

●

காலை மணி எட்டு. இப்போதே வியர்த்து வழிந்தது. திடீரென ஒரு கை தோளில் தட்டியது 'திடுக்'கென்றிருந்தது. பின் ஸீட்டிலிருந்து சிவகாமி, ''நீ பஸ்ஸூல ஏறி ஸீட் பிடிச்சப்பறம் திரும்புவியான்னு பாத்தா பிரமை பிடிச்ச மாதிரி உக்காந்திருக்கே... இங்கே வா'' என பக்கத்து இருக்கையைக் காட்டினாள். சிவகாமி வேலையை விட்ட பின் 'ஜெராக்ஸ்' கடையில் விஜயா ஒரே பெண் ஊழியராக ஆகி இருந்தாள்.

''வேற எங்கேயும் வேலைக்கி போவலியா நீ?''

''நாலு மாசமா ஒரு பியூட்டி பார்லர்ல வேலை'' என்றாள் சிவகாமி. ''அங்கே சொல்ற வேலைகள் சிலது அருவருப்பா இருக்குடி.''

''அப்படின்னா?''

சிவகாமி அவள் காதில் மெதுவான குரலில் சில விஷயங்களைச் சொல்லி ''ஜெராக்ஸ் எடுக்கறதே டீசன்ட் வேலை'' என்றாள். என்ன செய்வது பழகிவிட்டாள். பெண் டாக்டர்கள், பெண் நர்ஸூகள் நோயாளிகளுக்கு மருத்துவம் செய்கிற மாதிரி தானும் கடைக்கு வரும் பெண்களின் அழகுத் தேவைக்கு என்று நினைத்துக் கொள்வாள். ஜெராக்ஸ் எடுக்கும் இடத்தில் ஸூபர்வைசர், ஸீனியர் இட நெருக்கடியைப் பயன்படுத்திச் செய்கிற சில்மிஷங்களும் நாள் முழுதும் நின்றபடி வேலை செய்வதும், மிஷின் சூடும் அவளை வேலையை விட்டு நிற்கச் செய்திருந்தன.

அண்ணா சாலை நிறுத்தத்தில் விஜயா இறங்கிவிட்டாள். அவளிடம் தான் பேச நினைத்ததை ஏன் பேச முடியவில்லை என்று சிவகாமிக்கு வியப்பாக இருந்தது. ஆனால் யாரிடமாவது பேசித்தானே ஆக வேண்டும்? திருவல்லிக்கேணி வந்துவிட்டது. இறங்கினாள். பஸ் ஸ்டாப்புக்கு அருகிலேயே பார்லர். இன்னும் சூப்பர்வைஸர் வந்து திறக்கவில்லை. நிம்மதியாயிருந்தது. விஜயாவை மொபைலில் அழைத்தாள்.

''விஜி... கஸ்டமர் நிறைய வந்துட்டாங்களா?''

''இல்ல. கரன்ட் இல்ல...''

''உன் கிட்டே ஒண்ணு பேசணும்.''

''இவ்வளவு நேரம் பஸ்ஸூல பேசியிருக்கலாமே?''

''ஏனோ தோணலடி.''

''சரி சொல்லு.''

''எங்க பார்லருக்கு க்ரீம் சப்ளை பண்ண ஜெகன்னு ஒருத்தர் வர்றாரு.''

''எங்கிட்ட க்ரீம் வாங்க காசில்லடி.''

''கிண்டல் பண்ணாதடி. அவரை பத்திதான் பேசணும்.''

''அவன்னு சொல்லாம அவருன்னு சொல்லும்போதே சந்தேகப்பட்டேன். எத்தனை நாளா?''

''ரெண்டு மாசமா.''

''பாத்துடி... உன்னை மூணு மாசத்துக்கு முழுகாமப் பண்ணிடப் போறான்.''

''போடி... அப்பறம் நான் ஃபோனை கட் பண்ணிடுவேன்.''

''கோவத்தைப் பாரு... பாக்க எப்டி இருப்பான், சந்தானம் மாதிரியா இல்லே கஞ்சா கருப்பு மாதிரியா?''

''போடி... பரத் மாதிரி இருப்பாரு.''

''பெருமையப் பாரு. ஜாக்ரதடீ... ஏற்கெனவே கல்யாணம் ஆனவனா இருக்கப் போறான்.''

''ஒரு நாளைக்கி பாத்திமா கிட்டே இரவல் கேட்டு 'புர்கா' போட்டுக்கிட்டு பின்னாடியே போயி அவர் வீட்டை கண்டுபிடிச்சேன்.''

''அடிப் பாவி... சிஐடி வேலையெல்லாம் பண்ணியிருக்கே...''

''இன்னோரு நாளைக்கி அவுங்க பக்கத்து வீட்டுக்குப் போயி என்னோட ஃப்ரெண்டு வீட்ல இவங்களைப் பத்தி விசாரிக்கச் சொன்னாங்கன்னு விவரமும் கேட்டேன். நல்ல குடும்பம்.

அவுரு வீட்டுக்கு ஒரே பையன். எங்க சாதியில்ல... ஆனா மேல் சாதிதான். செட்டியாரு...''

''அடிக்கள்ளி... அப்போ சீக்கிரமே கெட்டிமேளந்தான்னு

சொல்லு. நல்ல பார்லரா பாத்து அலங்காரம் பண்ணிக்க... உங்க கடை மாதிரி டுபாக்கூர் பார்லர்ல பண்ணாதே.''

''ச்சீ... போடி... நான் இன்னும் சம்மதம்ன்னு அவரு கிட்டே சொல்லவேயில்லே.''

''ஏண்டி? இன்னும் என்ன வேணும்?''

''என்னை பாக்கும் போதெல்லாம் நீ ரொம்ப அழகாயிருக்கேங்கறாரு... ஏன் இப்படி பொய் சொல்லறாருன்னு பயமாயிருக்கு.''

12

'செக்யூரிட்டி கேமரா' வழியாக வரவேற்பறையில் உட்கார்ந்திருக்கும் இளம் பெண்ணை லதா கம்ப்யூட்டரில் பார்த்தாள். இருபது இருபத்திரண்டு வயது இருக்கும் அந்தப் பெண்ணுக்கு. தனது மண வாழ்க்கை தொடர்ந்திருந்தால் ஒருவேளை இதே வயதுப் பெண்ணோ பையனோ ஒரு வாரிசாக வந்திருக்கலாம். தோழியின் மகள் இவள். இப்படிப் பல இளைஞர்களைப் பார்க்கதான் நேரிடுகிறது. ஏதோ ஒரு சமயம் இது போன்ற ஆதங்கம் கவிகிறது. சில நிமிடங்களில் சுதாரித்துக் கொள்வதும் பழக்கமாகிவிட்டது. ஒப்பனை அறைக்குச் சென்று கண்களில் துளிர்த்திருந்த நீரைக் கழுவினாள். யாரையுமே வேறு வழி இல்லையென்றால்தான் காத்திருக்க வைப்பாள். இன்று இந்தப் பெண்ணுடன் நிறைய நேரம் இருக்கற மாதிரி தன்னையு மறியாமல் ஒரு திட்டம் போடத் தோன்றியது. சில ஈமெயில்களை அனுப்ப வேண்டும். உதவியாளரை அழைத்தாள். ''இந்த ஸ்டோரியை மாலதியை படிக்கச் சொல்லு. இன்னிக்கி வேற அப்பாயின்ட்மென்டையெல்லாம் கேன்ஸல் பண்ணு.''

ஓரிரு நிமிடங்களில் வரவேற்பறையில் அந்தப் பெண் கதையைப் படிக்கத் துவங்குவதைப் பார்த்துவிட்டு ஈமெயிலில் மூழ்கினாள்.

•

கதைக்கு 'தவணை' என்று தலைப்பிட்டிருந்தது.

காலை மணி ஒன்பது.

ஜான்ஸன் கண்ணனுடைய நம்பரைத் தேடி எடுத்து ஃபோன் செய்தபோது ''நான் சுந்தரம் ஃபைனான்ஸ் மேனேஜர். நீங்க தேடற கண்ணன் நான் இல்ல'' என்றார்.

ஒரு ஆளின் நம்பரை 'ஸேவ்' பண்ணும்போது எந்த ஆஃபீஸ் அல்லது எந்தத் தொழில் என்று சேர்த்து 'ஸேவ்' பண்ண வேண்டும் என்று பல தடவை சொல்லியிருக்கிறார்கள். பழக்கமாகவில்லை.

இன்னும் ஒரு கண்ணன் நம்பர் பிஸியாக இருந்தது. மூன்றாவது கண்ணன்தான் ஜான்ஸன் தேடிய நபர். ''பாஸ்... ஹவ் ஆர் யூ?'' என்று ஆரம்பித்தான். தனது வண்டி மிகவும் மக்கர் செய்து சர்வீஸுக்குப் போயிருக்கிறது என்று விளக்கினான். ''பழைய வண்டியில ப்ராப்ளமே அடிக்கடி சர்வீஸுக்கு அனுப்பியே பாதி செலவாயிடும்'' என்றான் கண்ணன். சமீபத்தில் அவன் புது வண்டி வாங்கி இருக்கும் பெருமிதத்தைக் காட்டிக் கொள்வதாகத் தோன்றியது. ''பாஸ், இன்னிக்கி ஒரு நாளைக்கி உன் வண்டி வேணும்.''

''ஓகே. என்னை டி நகர்ல ட்ராப் பண்ணிட்டு எடுத்துக்க'' என்றான் கண்ணன். அவன் ஒப்புக் கொண்டதை நம்பவே முடியவில்லை. ஆனாலும் அவனை டி நகரில் விட்டுப் போவது எளிதல்ல.

மேற்கு மாம்பலம் துரைசாமி 'ஸப்வே'அருகே சொன்னதுபோல கண்ணன் காத்திருந்தான். புது பல்ஸர் வண்டி. ''வா பாஸ்'' என்று வண்டியில் ஏற்றிக் கொண்டான்.

''என்ன கண்ணா? ரொம்ப டீக்கா ட்ரெஸ் பண்ணியிருக்கே? எதாவது இம்பார்டன்ட் மீட்டிங்கா?''

''இன்டர்வ்யூ பாஸ்.''

''ஏன்? இந்த ஜாப் நல்லாதானே போயிட்டிருக்கு? எதாவது லைனை மாத்தற ஐடியாவா?''

''அதெல்லாம் ஒண்ணும் இல்லை. சேதுவை தெரியுமா?''

''தெரியும். உன்னோடதான் வேலை பண்ணிக்கிட்டிருக்கான்.''

''ஆமாம். எனக்கு கொடுங்கையூர், அரும்பாக்கம். அவனுக்கு பெரம்பூர், மாதவரம். ரெண்டுபேருக்குமே நல்லாதான் போய்ட்டிருக்கு. ரெண்டு ஏரியாவையும் கம்பைன் பண்ணி

நாங்களே ஏஜென்ஸி எடுத்து இண்டிபென்டென்டா ஒர்க் பண்ணலாம்ன்னு சேதுதான் ஐடியா கொடுத்தான்.''

''நிறைய ஸேல்ஸ் பீப்பிள் பண்றதுதானே கண்ணன் இது...''

''அதெல்லாம் சரி பாஸ். இப்போ சேது ப்ளானை மாத்திக் கிட்டான். இதை நான் எதிர்பார்க்காம என்னோட நிறைய கஸ்டமர்ஸுக்கு அவனுக்கு 'இன்ட்ரோ' வேறே கொடுத்திட்டேன்.''

''ஆக்சுவலா என்னாச்சு?''

''அவன் திடீர்னு மேனேஜருகிட்டே போய் என்னை போட்டுக் கொடுத்திட்டான். இண்டிபென்டென்ட் ஏஜென்ஸி எடுக்கற ஐடியாவே என்னுதுன்னுட்டான்.''

''ரொம்ப தப்பு கண்ணன்.''

''ஃபுல்லா கேளு பாஸ். அவங்க எனக்கு நோட்டீஸ் கொடுத்த உடனே என்னோட ஏரியாவையும் தானே பாத்துக்கறேன்னு பெட்டர் ஸாலரிக்கு அக்ரீமென்ட் போட்டுட்டான்.''

''ரொம்ப பாவம்பா நீ... அவன் பண்ணினது பெரிய துரோகம்.''

''விடு. ஆல் இன் தி கேம். இந்த ஜாப் கிடைச்சா என் பிரச்சனைகளெல்லாம் தீர்ந்த மாதிரி.''

பாண்டி பஜார் நெருங்கியது. ஜான்ஸன் நன்றி கூறி ''நாலு லிட்டர் பெட்ரோல் ஃபில் அப் பண்றேன் கண்ணன்'' என்றான். விடைபெற்றார்கள்.

இன்டர்வ்யூ முடியும் வரை கண்ணன் மொபைலை ஸ்விட்ச் ஆஃப் செய்திருந்தான். மாலையில் திரும்பி வரும்போது பார்த்தால் ஜான்ஸனிடமிருந்து ஏகப்பட்ட 'மிஸ்ட்' கால்கள். கண்ணன் முயன்றபோது ஜான்ஸன் எண் பிஸியாக இருந்தது. நேரில் பேசிக்கொள்ளலாம் என்று வேறு பலரை அழைக்கத் துவங்கி பனகல் பார்க்கை அடைந்தான்.

ஜான்ஸன் வரும்போது ஏழு மணி ஆகிவிட்டது. அவன் நடந்து வந்தான்.

''பாஸ்... வண்டிக்கி என்னா ஆச்சு?'' என்றான் கண்ணன் பதறியபடி.

''முதல்லே நீ போன இன்டர்வ்யூ சக்ஸஸ்ஸா? அதை சொல்லு'' என்றான் ஜான்ஸன்.

''சக்ஸஸ் பாஸ்... இதை விட பெட்டர் ஸாலரி. லாப் டாப்ல இருந்த மெயில்ஸ்ல நான் பிடிச்ச ஆர்டர்ஸுக்கு ப்ரூஃப் மாதிரி நிறைய இருந்தது. இம்ப்ரெஸ் ஆயிட்டாங்க. வண்டி என்ன பங்க்சர் ஆயிடுச்சா?''

''இல்லே கண்ணன். பாரிஸ் கார்னர்ல ஃபைனான்ஸ்காரங்க உன் வண்டியை ஸீஸ் பண்ணிட்டாங்க. நீ மூணு மாசமா ஈஎம்ஐ கட்டலையாமே?''

●

'எக்ஸ்பிரஸ் அவன்யூ' மாலின் முதல் தளத்தில் இருந்த 'காஃபி ஷாப்'பில் மாலதியும் லதாவும் உட்கார்ந்திருந்தார்கள்.

'தவணை' என்ற தலைப்பில் தான் வாசித்த சிறுகதையைப் பற்றி மாலதி விளக்கிப் பேசிக் கொண்டிருந்தாள். அவள் பேசும்போது கண்கள், கன்னம், தலை என எல்லாமே பேசின. குமரியும் குழந்தையுமான உற்சாகத்துடன் அவள் பேசுவதைப் பார்த்துக் கொண்டே இருக்கலாம் போலிருந்தது.

''ஆன்ட்டி... ஆர் யூ லிசனிங்? அட்லீஸ்ட் காஃபியையாவது ஸிப் பண்ணுங்க... ஆறுது'' என்னும் அவளது நினைவூட்டல் லதாவின் நினைவுலாவை நிறுத்தியது.

''எங்கெல்லாம் சென்று தேடுவேன் எங்கள் தெய்வத் திருமுருகனை... எங்கே அவன் புகழ் பாடுவேன் எங்கள் எழில் அரசனை...' அப்படீங்கற பாட்டை நீ ஓபனிங் ஸாங்கா பாடணும்'' என்றாள் லதா. மாலதி ''ஐ வில் ப்ராக்டிஸ் அண்ட் ஸிங் ஆன்ட்டி'' என்றாள்.

''கீதா உன் மேரேஜ் பத்தி சொல்லிக்கிட்டிருந்தா மாலா...''

''அம்மா ரொம்ப ப்ரஷர் பண்றாங்க ஆன்ட்டி. ஆக்சுவலி நான் இந்த ஜாப க்விட் பண்ணிட்டு எம்பிஏ பண்ணலாம்னு இருக்கேன்.''

''யூ எஸ்லேயா?''

''இல்ல ஆன்ட்டி கேட் எழுதி 'ஏபிசிடி' இந்த நாலு 'ஐஐஎம்'முக்குள்ளே கிடைச்சா எடுத்துக்குவேன். இல்லேயின்னா யூஎஸ்லே பர்ஸ்யூ பண்ணலாம்னிருக்கேன்.''

''சுடிதார் பாக்கலாமா கண்ணா?''

''ஷ்யூர்... நீங்க சுடிதார் போடுவீங்களா ஆன்ட்டி?''

''...''

''மெடீரியலா? ரெடிமேடா ஆன்ட்டி?''

''ரெடிமேட்... ஆனா எனக்கு இல்லை.''

''மாடல் கொண்டு வந்திருக்கீங்களா ஆன்ட்டி?''

''இல்லடா... உன் ஸைஸ் பொண்ணு...'' அதற்குள் லதாவின் மொபைல் ஒலித்தது. அந்தப் பெண் குழந்தையின் பின்னே நகரும் படிக்கட்டுகள் வழி லதா நகர்ந்தாள்.

ஓரிரு கடைகளில் நுழைந்து கடைக்காரர் காட்டிய மாதிரிகளைப் பார்த்துவிட்டு உதட்டைப் பிதுக்கிவிட்டு மாலதி மேலே நகர்ந்தாள். லதா அவள் உற்சாகத்தை ரசித்தபடியே பின்தொடர்ந்தாள்.

'எக்ஸ்பிரஸ் அவன்யூ'வில் இளைஞர் கூட்டம் அதிகமாயிருந்தது. லதாவுக்கு இவ்வளவு நேரம் இது போன்ற கூட்டம் மிகுந்த இடத்தில் இருப்பது வித்தியாசமாயிருந்தது.

ஒரு கடையில் குறைந்த வேலைப்பாடுகளுடன் ஒரு காட்டன் சுடிதார் மயில் கழுத்து வண்ணத்தில் நிறைய வேலைப்பாடுகள் உள்ள துப்பட்டாவுடன் இருந்தது.

''இது நல்லா இருக்கு ஆன்ட்டி...'' என்றாள் மாலதி. ''உங்களுக்கு பிடிச்சிருக்கில்லே?''

''வெரி குட் செலெக்ஷன்.''

பணம் செலுத்திய பிறகு அவளிடம் ''உனக்குதான் கண்ணா...'' என்று அவளை அணைத்து அவள் நெற்றியில் முத்தமிட்டாள். கண்கள் பனித்தன.

சுதாரித்துக்கொண்டு ''உன் ஃப்ரெண்ட்ஸ் ரெண்டு பாய்ஸை நீ லீட் கேரக்டருக்கு ரெகமெண்ட் பண்ணலாம்'' என்றாள்.

●

''அம்மா நீங்க நியூஸ் பேப்பர் படிக்கணும்ன்னு சொல்லி யிருக்காங்க'' என்றாள் வேலைக்காரி. சில தமிழ் செய்தித்தாள்கள், வாரப் பத்திரிகைகள், ஓரிரு ஆங்கில தினசரிகள் இருந்தன. ராஜேந்திரன் எழுதுவதை நிறுத்திவிட்டு தாள்களைப் புரட்டினான்.

சொற்களால் தாள்கள் நிறைந்திருக்கின்றன. சொற்கள் எழுத்துக்களின் கதம்பமான தோரணங்கள். வளைவும் நெளிவும் கோணல்களும் ஆன வித்தியாசங்களே அசல். சொற்கள் நகல்களே. சொற்கள் குறியீடுகளாக மாறிவிட்டன. சொற்களுள் பொருள் இல்லை. புழக்கம் மட்டுமே இருக்கிறது. சொற்கள் உக்கிரமமாகவோ, நீர்த்தோ, கூர்மையாகவோ, மழுங்கியோ, சிதைந்தோ, வேறு பொருள் கொண்டோ, உச்சரிக்கும் உதடு, இதழ், காலம், சந்தர்ப்பம் என்றோ அவ்வப்போது மாறுகின்றன. எப்படியிருந்தாலும் எல்லா சொற்களும் அசல் தன்மையின்றி ஒலியாகவோ எழுத்தாகவோ நினைவாகவோ புழங்கிக் கொண்டே இருக்கின்றன.

சொற்கள் மானுட அதிகார விளிம்புகளின் வேலிகளாகின்றன. சொற்களுக்குள் அடங்காதவை மானுட அதிகார எல்லைகளுக்கு அப்பாற்பட்டவையாகின்றன.

சொற்களால் ஆகக் கூடியவை மட்டுமே மானுடம் அங்கீகரிப்பது. சொல்லும் அது அதிகாரத்தைச் சுமக்காதபோது அர்த்தமற்றதாகிறது.

தலைமுறைகளைத் தாண்டி யாரும் சிந்திக்காததற்கு சொற்களே காரணம். சொற்களுக்குள் ஆழ்ந்த நம்பிக்கைகளும் பீடங்களும் நிராகரிப்பு வேலிகளும் ஊடுருவி வேரூன்றி இருக்கின்றன.

சொற்களின் புதை மணல் இழுப்புக்குச் சிக்காத சிந்தனையாளர் எதையும் பதிவு செய்யவில்லை.

அசலான ஒரு தரிசனம் சொற்கள் வழி நிகழ்வதில்லை. சொற்கள் முண்டியடிக்கும் ஒரு நெரிசல் மிகுந்த கூட்டத்தில் தரிசனம் மூச்சுத் திணறி இறந்துவிடுகிறது.

சொற்களை மட்டுமே வைத்துக் கல்வி கற்றவர்கள் சொற்கள் கட்டமைத்துப் பாதுகாக்கும் பாரம்பரியத்துக்குப் புதிய நீட்சி தந்துகொண்டே இருக்கின்றனர்.

சொற்கள் இல்லாத எல்லா அவதானிப்பும் கற்றலும் வாய்த்தவர் தனித்து விடுகின்றனர்.

தனித்து இருப்பதும் சுதந்திரம் அற்றதுதான். ஆனால் சார்பு நிலையிலும் கையறு நிலையிலும் இருக்கும் தேவைகளற்றது.

எழுதத் துவங்கினான்.

'ஒரு கன்னத்தில்
அடித்தால் மறு கன்னத்தை
கூடியவரை பிரிதொருவனிடம்
காட்டிப்
பெயர் சொல்லாது
மேற் செல்
முதற் கற்களாலான
மலையின்
சிகரம் காண்
ஆணிகளும்
அங்கே இல்லையென்றால்
மற்ற மலைகளில்
அனேகமாக எல்லாவற்றிலும்
இருக்கும்
உயிர்த்தெழுவது
உன் விருப்பமாயிருக்க
வாய்ப்பில்லை.'

13

''டாக்டரு... டாக்டருன்னு நீங்க அதுலயே நிக்கிறீங்கம்மா...'' பொறுமையிழந்தவளாக பொன்னம்மாளைப் பார்த்து கிட்டத்தட்ட கத்தினாள் மஞ்சுளா. ''டாக்டரு இவரு பப்ளிக்ல தவறாகவோ தொந்தரவாகவோ நடந்துக்கலேன்னாக்க நார்மல் அப்படீங்கறாரு... ஆனா இவரை வீட்டுக்குள்ளே அடைச்சு வைக்கறது பெரும் பாடா இருக்கு. ரெண்டு நாளைக்கி மின்னாடி வேலைக்காரி செக்யூரிட்டி எல்லாருக்கும் டிமிக்கி கொடுத்துட்டு இவரு வீட்டுக்கு வெளியிலேயே போயிட்டாரு... நாலு இடத்துல பேந்தப் பேந்த முளிச்சிக்கிட்டு நின்னா அக்கம்பக்கத்துல இருக்கற வங்க வம்பு பேசறாங்க... என்னைதானே விசாரிக்கறாங்க... நீங்க கொஞ்ச நாளாச்சும் உங்க ஊரிலே கொண்டுபோய் வெச்சிக் கோங்க. ஒரு மாசம் நான் அமெரிக்கா போய் வரணும். அங்கே என் தம்பி வீட்டில சீமந்தம் வளைகாப்பு. அவரு உங்க கிட்டே இருந்தாதானே நானும் கவலையில்லாம போய் வர இயலும்?''

பொன்னம்மா தன் மொபைல் ஃபோனை எடுத்தார். யாருடனோ சுமார் ஐந்து நிமிடம் பேசினார். ''வர்ற ஞாயித்துக் கிளமை நான் அவனை அளைச்சிக்கிட்டு போறேன்'' என்றார்.

●

பழுத்த பழம் போன்ற பெரியவர். முழுதும் நரைத்த தலை. கறுத்த நிறம். சுக்குபோல வற்றிய உடல். பொன்னம்மாள் வீட்டுக்கு முன்னால் குச்சியை ஊன்றியபடி அங்கவஸ்திரத்தை சரிசெய்து கொண்டு ஒரு நோட்டம் விட்டார்.

யாரும் நடமாடுவதாகக் கண்ணில் படவில்லை. திண்ணையில் ராஜேந்திரன் உட்கார்ந்திருந்தான். அவன் எழுந்து தன்னை வணங்கி வரவேற்கக்கூடும் என்றே ஒரு நிமிடம் நின்றார். பிறகு தானே படியேறி திண்ணையில் இருந்த ராஜேந்திரன் முகம் முன் தனது முகத்தைக் கொண்டுசென்று ''தம்பி, என்னை தெரியுதா?'' என்றார். ராஜேந்திரனிடமிருந்து பதில் எதுவும் இல்லை. ''நாந்தான்ப்பா... தமிழ் ஆசிரியர் அரங்கநாதன்.'' தொடர்ந்து ராஜேந்திரன் மௌனமாகவே இருந்தான். இதற்குள் வீட்டிற்குள் இருந்து ஒரு வேலைக்காரி எட்டிப் பார்த்தாள். ஓரிரு நிமிடங்களில் பொன்னம்மாள் திண்ணைக்கு வந்தபோது அரங்கநாதன் ராஜேந்திரனின் திண்ணைக்கு எதிர் திண்ணையில் மௌனமாக அமர்ந்திருந்தார்.

''தமிழ் வாத்தியாரய்யாவா? வாங்கய்யா...''

''என்னம்மா... நலமா இருக்கீங்களா? தம்பி ஏதோ உடம்பு சுகமில்லாம வந்திருக்காருன்னு கேள்விப்பட்டேன். பாத்துட்டு போகலாம்ன்னு வந்தேன்.''

''என்னத்தைய்யா சொல்லுறது? எப்பமும் பிரமை புடிச்சமாதிரி இருக்கறான்.''

''வைத்தியம் பாத்தீங்களா?''

''மருமக பெரிய டாக்டருகிட்டே கூட்டிக்கிட்டு போச்சுபோல. அவரு கடுமையான கோளாறு எதுவுமில்லன்னு சில மாத்திரை மருந்து கொடுத்திருக்காரு. சொல்லிக்கிற மாதிரி எந்த முன்னேற்றமுமில்லீங்கய்யா...''

''பள்ளி நாட்களில் ராமாயணம், சிலப்பதிகாரம்ன்னு எந்தக் காவியம் பற்றிய வகுப்பாயிருந்தாலும் அந்தக் காவியத்துக் குள்ளே இருக்கற சமூக அமைப்பை கடுமையா விமர்சிக்கற மாதிரி விவாதிப்பான்...''

''இப்பம் அனேகமா மௌனமாதான்யா இருக்கான்.''

''சென்னையிலேயிருந்து நம்ம ஊருக்கு நீங்க அவனை அழைத்து வந்ததும் நல்லதுதான். அமைதியான சூழலில் அவன் கிட்டே ஒரு நல்ல மாற்றம் வரும்...''

''வந்துதானேய்யா தீரணும்... சென்னையில ஒரு வாழ்க்கையை அமைச்சிக்கிட்டதும் அவன்தான்... மறுபடி அவன் பழைய மாதிரி சென்னைக்கிப் போயி வேலை பாக்கணும்.''

பொன்னம்மாள் கொடுத்த மோரை அருந்திவிட்டு ஆசிரியர் விடைபெற்றார்.

திண்ணைச் சுவரில் சாய்ந்து அமர்ந்தான் ராஜேந்திரன். வலது கையால் தரையில் படர்ந்திருந்த தூசி மீது எழுதத் துவங்கி எழுதியதன் மேலேயே ஒவ்வொரு வரியாக எழுதினான்.

'சிறு விளக்குத் திரியில்
சுடரோ
எரிமலையினின்று தெறிக்கும்
பெருங்கங்குகளோ
எப்போதும் பசித்திருக்கும்
நெருப்பு
தன் வடிவை மறைத்து
உஷ்ணம் என்னும்
அரூபத்திலும்
அது தின்னும்
கருப்பையின் கதகதப்பு
எங்கோ ஆழ
ஊடுருவி ஐந்து
தீப்பந்தங்களைப் பிடித்து
சுரங்கத்துள் அலைகிறது
வெளிப்படையாய் எரிந்தவை லங்கையும்
மதுரையும்
மட்டுமே.'

●

"சிடி எதுவும் வாங்கலயா மேடம்?" ஊதுபத்தியையும் சந்தன வில்லை டப்பாவையும் தேர்ந்தெடுத்து நகர்ந்து கொண்டிருந்த லதாவை கடையில் ஒரு மூலையிலிருந்த பெண்ணின் குரல் மறித்தது.

"ஆக்சுவலா எதுவும் வாங்க நினைக்கலயே... ஓகே... உனக்காக ஒரு சிடி வாங்கறேன். நீயே ஒண்ணை சஜெஸ்ட் பண்ணு..." என்றாள்.

"தேவீ... நீயே துணை... தென் மதுரை வாழ் மீனலோசனி... தேவீ..." பாட்டு ஒலித்தது.

"நைஸ்... ஐ வில் டேக் இட்..."

அவளுடைய கன்னத்தில் தட்டிவிட்டு நகர்ந்தாள். கடையை விட்டுப் படி இறங்கும்போது "காரை ஈஸ்ட் மாட ஸ்ட்ரீட்லே

பார்க் பண்ணியிருக்கு மேடம்'' என்றார் டிரைவர். ''ஓகே. ஃபோன் பண்றேன். குமரன் கிட்டே பிக் அப் பண்ணுங்க...'' என்றாள்.

மறுபடியும் கடையில் நுழைந்த லதா அந்தப் பெண்ணிடம் ''உன் பேர் என்ன?'' என்றாள்.

''அம்புஜம்.''

''குட் அம்புஜம்... என்னை ஆஃபீஸ்ல வந்து பாரு...''

●

அம்புஜம் 'தூரத்து உறவு' என்ற கதையைப் படிக்கத் துவங்கினாள்.

காலை மணி பத்து.

சுகுணா அந்தக் கடையில் சேர்ந்து இரண்டு மாதம் ஆகிவிட்டது. காலையில் திறப்பது முன்னே பின்னே தான் இருக்கிறது. ஒன்பதரை என்று சேரும்போது மேனேஜர் சொன்னது. ஆனால் சாவியை வைத்திருக்கும் சூப்பர்வைசர் ஒன்பதே முக்கால், பத்து, பத்தரை என்று பல விதமான வசதிகளில் கடையைத் திறக்கிறார். மின்சார ரயில் ஒரு மணி நேரத்துக்கு ஒன்றுதான். ஒன்பதரை வண்டியை விட்டால் பத்தரை மணிக்குதான் வர முடியும் என்று மேனேஜரிடமே சொல்லியாகிவிட்டது. ஆனால் இரவு கிளம்பும்போது ஒரு மரியாதைக்கு ''போய் வருகிறேன்'' என்று சொன்னால் ''என்ன அவசரம்? அந்த புடவை 'ராக்'கை சரி பண்ணு... அந்த ஷர்ட்ஸை அடுக்கு'' என்று ஆரம்பிப்பார். மௌனமாகக் கிளம்பிவிடுவதே உத்தமம். சரிக்குச் சரியாக குரலை உயர்த்தி சண்டை போட ஆம்பிளைப் பசங்கள் நிறையவே இருக்கிறார்கள். இவளைத் தவிர திருமணமான இவள் வயதுப் பெண் ரமா என்று ஒருத்தி இருக்கிறாள். பத்து மணிக்கு வருவாள். ஏழு மணிக்கு அவள் காணாமற் போயிருப்பாள். யாரோடும் பேசவும் மாட்டாள். சூப்பர்வைஸர் அவளை எதுவுமே சொல்வதில்லை.

ஷட்டர் திறக்கும் வரை படிகளில் அமர்ந்திருப்பது சங்கடமாகவே இருந்தது. சில நாட்களாகவே ஒரு பையன், சுகுணா வயதிருக்கும், முதலில் நடந்தபடியே திரும்பிப் பார்த்தபடி இருந்தான். கடந்த இரண்டு நாட்களாக அவளுக்கு சற்றே இடைவெளி விட்டு அமர்ந்து மொபைலில் யாரிடமோ பேசுவதுபோல் ''சுமார் அழகுதான்... ஆனா கொயட் அண்ட் ஹோம்லி... அதான் எப்படி சொல்றதுன்னு ரொம்ப யோசனையா இருக்கு'' என்றும், ''ஒரு வாரமானா தயக்கமில்லாம பேசலாம்'' என்றும் வேறு

சொல்லிவிட்டான்.

திருவான்மியூர் கோயில் இரண்டு கிலோ மீட்டர் தள்ளி இருந்தது. போய் வருவது சுளுவாக இல்லை. பக்கத்திலிருந்த திருமண மண்டபங்களிலிருந்து வரும் கும்பல் பல்வேறு எண்ணங்களைக் கிளறி தர்மசங்கடம் ஏற்படுத்தியது.

அப்பாவும் தன்னுடைய பங்காளி வீட்டுக்குப் போ என்றபடிதான் இருக்கிறார். இன்று இரவாவது அந்த சித்தப்பா வீடு எங்கே இருக்கிறது என்று கேட்க வேண்டும். பிஸினஸ் என்று அடிக்கடி வெளியூர் போய்விடுவார். சித்தி பள்ளிக்கூடத்தில் வேலை பார்க்கிறாள்.

மறுநாள் காலை சுகுணா மகிழ்ச்சியாக கடைப்பக்கம் வந்தாள். அப்பா படமே போட்டுக் கொடுத்து விட்டார். கடைக்குப் பின்னாடி சந்தில் இரண்டாவது வலது பிறகு இடது பக்கம் போனால் கல்யாண மண்டபம். அதற்கு அடுத்த குடியிருப்பில் 'கிரவுண்ட் ஃப்ளோர்', ஃப்ளாட்களில் கடைசி அது. குடியிருப்பின் நுழைவாயிலிலேயே சித்தி சித்தப்பா இருவரையும் பார்த்தாள். இருவருமே வெளியில் கிளம்பிக் கொண்டிருந்தார்கள். ''வா சுகுணா, இன்னிக்கி ஒரு கல்யாணத்தை முன்னிட்டு கிளம்பிட்டோம். உங்க அப்பா ஃபோன் பண்ணினாங்க. பொதுவா நான் எட்டு மணிக்கி கிளம்பிடுவேன். உங்க சித்தப்பா பத்து மணிக்கி மேலேதான் கிளம்புவாரு. சாயங்காலம் நான் நாலு மணிக்கே வந்திடுவேன். நீ கடை வாசல்லேயெல்லாம் உக்கார வேண்டாம். எப்ப வேணும்னாலும் வா. பக்கத்து வீட்டு ஆன்ட்டியையும் இன்ட்ரொட்யூஸ் பண்ணி உடறேன்'' என்றாள்.

பிறகு ஓரிரு நாட்கள் சூப்பர்வைஸர் சீக்கிரம் வந்தார். சித்தப்பா வீட்டுக்குப் போகவேண்டிய அவசியம் இருக்கவில்லை. ஆனால் அதைப் பழக்கமாக்கிக்கொள்ள வேண்டி வரலாம். அந்தப் பையன் காலை ஒன்பதரைக்கு சரியாக கடைப் பக்கம் வரவே செய்கிறான்.

இன்று காலை சுகுணா ஒரு யுக்தி செய்தாள். சாலை மறுபக்கம் எதிர் வரிசையிலிருந்து தான் பணிபுரியும் கடையை நோட்டம் விட்டாள். சரியாக ஒன்பதரை மணிக்கு அந்தப் பையன் வந்து நோட்டம் விட்டு இங்கும் அங்கும் திரும்பிப் பார்த்தான். பிறகு அங்கே நிற்காமல் போய்விட்டான்.

ஒரு நிம்மதிப் பெருமூச்சு விட்டு சித்தப்பா வீட்டை நோக்கி நடந்தாள். இப்படி எதிர்ப்புறம் இருந்து தான் வேறு இடம்

போவதால் அவன் படிப்படியாக நோட்டம் விடுவது, ஜாடை பேசுவது இவற்றைக் குறைத்து தன் வழியைப் பார்த்துக்கொண்டு போவது நிச்சயம் என்று தோன்றியது.

சித்தியின் குடியிருப்பு சற்று சந்தடி குறைந்தே காணப்பட்டது. தரைத் தளத்தில் கார்கள் வெளியேறி நிறைய காலி இடம் தென்பட்டது. குழந்தைகள் அனைவரும் பள்ளிக்கூடம் போயிருக்க வேண்டும். யாரும் விளையாடக் காணும்.

சித்தி வீட்டில் ஹாலில் விளக்கெரிவது மங்கலாகத் தெரிந்தது. டிவியின் சத்தமும் நன்றாகவே கேட்டது. நிம்மதியுடன் அழைப்பு மணியை அழுத்தினாள். ஐந்து நிமிடமாகியும் கதவு திறக்கவில்லை. மறுபடி அழுத்தினாள். இன்னும் ஐந்து நிமிடம் கடந்தபோது குளியலறையில் இருக்கிறாரோ என்று சந்தேகம் தோன்றியது. திரும்பி நடந்தவள் குடியிருப்பின் பிரதான வாயிலைக் கடக்கும் முன் அங்கே ஒரு ஐந்து நிமிடம் நிற்கலாம் என நினைத்து அங்கிருந்தபடியே சித்தி வீட்டுக் கதவைப் பார்த்தபடி இருந்தாள். திடீரென கதவு திறந்தது. ஒரு நடு வயதுப் பெண் வெளியே வந்து பக்கத்து வீட்டுக் கதவைத் தட்டாமலேயே திறந்து உள்ளே போனாள். இரண்டு நிமிடம் கழித்து சித்தப்பா எட்டிப் பார்த்துவிட்டு கதவை மூடிக் கொண்டார்.

14

'**தூ**ண்டில்' என்று சிறுகதைக்குத் தலைப்பிருந்தது.

காலை மணி பதினொன்று. கணக்குக் கேள்வித்தாளைக் கையில் வாங்கியவுடன் மிகப் பெரிய விடுதலை உணர்வு. நூறுக்கு நூறு வாங்கிவிடலாம். இரவு முழுவதும் தூங்காமலிருந்ததில் பற்றி எரியும் கண்களையும், பித்தக் கசப்பு தட்டிய நாக்கையும் மீறி மனதில் சிறு நிம்மதி பரவியது. பொறுமையாக, கவனமாக எல்லாக் கேள்விகளுக்கும் விடை எழுதிவிட வேண்டும். ஹால் டிக்கெட்டோடு கொண்டுவந்திருந்த பழனி முருகன் படத்தைத் தொட்டுக் கண்ணில் ஒற்றிக் கொண்டான். இரண்டு பென்சில்கள், அவை இரண்டையும் அம்மா கவனமாகக் கூர்மையாக்கித் தந்திருந்தாள். இரண்டு பேனா, இரண்டு அழிப்பான், அக்கா வாங்கித் தந்த 'சயன்டிஃபிக் கால்குலேட்டர்' அனைத்தும் அவன் விரைவுக்கு அவன் இழுத்த இழுப்புக்கு ஒத்துழைத்தன. எல்லாக் கேள்விகளையும் முடித்து சந்தேகமானவை என்று பின் ஒதுக்கிய இரண்டு கேள்விகளையும் முடித்தபோது, விடைகளை சரி பார்க்க இன்னும் பதினைந்து நிமிடம் இருந்தது. "டை அப் யுவர் பேப்பர்ஸ்" ஆசிரியர் துரிதப்படுத்தினார்.

"நௌ இட்ஸ் ஒன் ஓ க்ளாக்... ஸ்டாப் ரைட்டிங்." விடைத்தாளை ஆசிரியர் கையில் கொடுத்த பின்பும் கை நடுங்கிக் கொண்டிருந்தது. ஹால் டிக்கெட்டை கவனமாக எடுத்துக் கொண்டான். பரிட்சைக்கென்று கொண்டுவரும் சிறிய தோள் பையில் அரை லிட்டர் வாட்டர் பாட்டில், கேள்வித்தாள், கால்குலேட்டர், ஹால் டிக்கெட் அனைத்தையும் திணித்தான்.

வெளியே நல்ல மழை. மார்ச் மாதம் மழை பெய்கிறது! எப்படியோ 'மேத்ஸ் பேப்பர்' இந்த அளவு கை கொடுத்தது பெரிய விஷயம்.

வகுப்புக்கு வெளியே மாணவர்களும், மாணவிகளும் தனித்தனி யாகக் குழுமியிருந்தார்கள். யாருமே குடை கொண்டு வந்திருக்க வில்லை. அப்பா ஸ்கூட்டரில் கொண்டுவந்து விட்டுப் போகும் போது வானம் தெளிவாக இருந்தது. அப்பா அனேகமாக ஒரு குடையோடு ஆட்டோவை 'வெயிட்டிங்'கில் போட்டு விட்டு அவனைத் தேடி வந்துவிடுவார்.

ஹால் டிக்கெட் எண் வரிசை பெயரின் அடிப்படையில் அமைந்ததால் மற்ற 'செக்ஷன்' மாணவர்களுடன் கலந்து உட்காருவது மிகவும் வசதி. இல்லையென்றால் முரளி மாதிரி ஆட்கள் அடுத்தவன் எழுதி வந்த விடைகளை விமர்சித்து அவன் மனதைக் குழப்பி அடுத்த பரிட்சைக்கு நிம்மதியாகப் படிக்க இயலாதபடி செய்துவிடுவார்கள்.

●

அந்தப் பன்னாட்டு நிறுவனத்தின் வரவேற்பறையில் காத்திருக்கும் போது அன்று கணக்குப் பரிட்சையோடு கிடைத்த மன நிம்மதி மறுபடி கிடைக்கவேயில்லை என்று தோன்றியது. என்ஜினீயரிங் படித்தபோதும், முதன் முதலில் ஐந்து இலக்க சம்பளம் வாங்கும்போதும் மனது அமைதியுறவில்லைதான். இன்றைக்கு சகுனம் பார்த்து சௌந்தர்யா வழி அனுப்பி வைத்தபோது ''சக்ஸஸ் ஆன உடனே எனக்கு மொபைல்ல கூப்பிட்டு சொல்லுங்க'' என்று சற்று தாமதித்துத் தன் அலுவலகத்துக்குக் கிளம்பினாள்.

இணைய தளத்தில் இந்த நிறுவனம் கொடுத்த விளம்பரம் தனது போட்டி நிறுவனங்களில் அனுபவமும் துடிப்பும் உள்ள இளம் மூளைகளுக்குத் தூண்டில் போடத்தான்.

இது போன்ற தூண்டில்களைக் கண்டுகொள்ளாமல் அவன் புறக்கணித்துதான் வந்தான். சௌந்தர்யாவின் அண்ணன் யூஎஸ்ஸி லிருந்து வந்தபோது அவன் மனதைக் கலைத்துவிட்டான். கொஞ்சம் முயன்றால் சுரேஷ் பள்ளிக்குப் போக ஆரம்பிக்கும் முன்பே யூஎஸ்ஸில் 'செட்டில்' ஆகிவிடலாம் என்கிற ஆசை சௌந்தர்யா மனதில் வேரூன்றி நிற்கிறது. நமக்குப் பிரியமானவர்களுக்குப் போடப்படும் தூண்டில்களுக்கும் நாம் தயாராயிருக்க வேண்டும். விசித்திரமான தூண்டில்கள், கிணற்றிலிருந்து குளத்துக்கு,

குளத்திலிருந்து நதிக்கு, மறுபடி இன்னொரு கிணற்றிற்கு அல்லது கடலுக்கோ கூட இடம் மாற்ற வாக்குறுதி தரும் தூண்டில்கள். தூண்டில்கள் வேண்டாம் என்று ஒதுங்கினால் பிற மீன்கள் தூற்றிவிடும். பெண் மீன் நிராகரித்துவிட்டால்? அதை விட தூண்டிலில் தொங்குவதே மேலானது.

''கன்கிராஜுலேஷன்ஸ்...'' மொபைலில் அவள் குரல் உற்சாகத்தில் துள்ளியது. ஆனால் அவனுள் புதிய நிர்வாகம் உடனடியாகப் பணியைக் கொடுத்து பாஸ்போர்ட் விவரம் கேட்டறிந்து சிங்கப்பூர் போகவேண்டும் என்றதும் எதிரே இருக்கும் பாதை இன்னும் சில வருடங்களுக்குத் தன்னைப் புரட்டிப் போடும் என்று புரிந்தது.

தன் வயதுக்குப் பொருத்தமில்லாத அலுப்பு இது. வீடாய், நகையாய், ரொக்கமாய், பங்குகளாய்க் குவிக்க வேண்டிய நேரம்தான் இது. அவன் திருவான்மியூருக்கு அடுக்கு மாடிக் குடியிருப்புக்கு மாறலாம் என்றபோதே ''நாங்க இந்த தனி வீட்டில இருக்கற சௌகரியத்தை இழக்க விரும்பவில்லை'' என்று சொல்லிவிட்டார் அப்பா. மறைமலை நகரிலிருந்து வந்து போவது சௌந்தர்யாவுக்கு மிகவும் சிரமமாயிருந்தது.

சிங்கப்பூரில் ஏற்கெனவே இருக்கும் பழைய நண்பர்களின் மின்னஞ்சல் முகவரியைக் கண்டுபிடிக்க வேண்டும். யார் யாரிடம் சொல்லிக் கொள்ள வேண்டும் என்று பட்டியலிட வேண்டும். சௌந்தர்யாவுடன் வந்து இருக்க அப்பா அம்மா சம்மதிக்க வேண்டும். இந்தப் பட்டியல்கள் மனத்தின் சோர்வை அதிகரிக்கவே செய்தன. பழைய அலுவலகத்தில் 'பர்மிஷன்' சொல்லி இருந்தான். தொலைபேசியில் லீவுக்கு சொல்லிவிட்டான். கிண்டி ஸ்டேஷனில் மறைமலை நகருக்கு டிக்கெட் வாங்கும்போது மாலைக்குள் சௌந்தர்யாவின் சந்தோஷத்தைக் கெடுத்துவிடாத அளவு மனதை உற்சாகப்படுத்திக் கொள்ள வேண்டும் என்று தோன்றியது.

•

கதையை லதா தொடர்ந்து படிக்கும் முன் ப்ரொடக்ஷன் மேனேஜர் தொலைபேசியில் அழைத்தார். ''சொல்லுங்க ஜெயக்குமார்...''

''மேடம் அந்த ரைட்டர் ராஜேந்திரன் ஊருக்கு ஆளை அனுப்பி யிருந்தோம். அவங்க மதர் காலமாயிட்டாங்க.''

''ராஜேந்திரனை பாத்தாரா நீங்க அனுப்பின ஆளு?''

''இல்ல மேடம். ராஜேந்திரன் இப்போ அந்த ஊரிலே இல்ல.''

"தென்?"

"அவரை சென்னைக்கு கூட்டிக்கிட்டு போயிட்டாங்களாம்..."

"அழைச்சிக்கிட்டு போனது யாரு? அவரோட வொய்ஃபா?"

"இல்லே மேடம். அவரோட வொய்ஃப் யூஎஸ் போயிருக்காங்களாம். அவரோட அண்ணன்தான் சென்னையில ஒரு ஆஸ்பத்திரியிலே சேத்துட்டாராம்."

"எந்த ஹாஸ்பிடல்?"

"மென்டல் ஆஸ்பிடல்னாங்க. எதுன்னு தெரியல."

"விசாரிச்சி எந்த ஹாஸ்பிடல்ன்னு கண்டுபிடிங்க."

"யெஸ் மேடம்."

"அம்பா நீ இறங்காயெனிற் புகலேது...' இந்தப் பாட்டு சீடி கிடைச்சா வாங்கி வைங்க."

"யெஸ் மேடம்."

●

வெளியிலிருந்து பார்ப்பதற்கு அந்த வளாகம் ஒரு பள்ளிக்கூடம் போன்ற தோற்றம் கொண்டிருந்தது. முன்புறம் பாதி சிமென்ட் தரையாகவும், பாதி புற்கள் நிறைந்த மைதானமாகவும் ஒரு ஆயிரம் சதுர அடி திறந்த வெளியாக இருந்தது. தரைத் தளத்தில் ஒரு பெரிய ஹாலும், டாக்டர்கள் பரிசோதிக்கும் மூன்று அறைகளும், 'ஷாக் ட்ரீட்மென்ட்' கொடுக்கும் ஒரு பெரிய அறையும், இதைத் தவிர நோயாளிகள் தற்காலிகமாக அடைக்கப் படும் பத்து அறைகளும் இருந்தன. இதை விட அதிக எண்ணிக்கை யில் முதல் மாடியிலும், இரண்டாவது மாடியிலும் நிறைய அறைகள் நோயாளிகளுக்கென இருந்தன. நோயாளிகளின் அறைகள் எல்லாவற்றிலும் மரக் கதவுகளுக்குப் பதில் இரும் பாலான 'க்ரில்' கதவுகள் மட்டுமே இருந்தன.

மருத்துவர்கள் வரும்போது சீருடை அணிந்த 'வார்டு பாய்'கள் நோயாளிகளை பலவந்தமாகவோ அல்லது நல்ல விதமாகவோ அழைத்து வருவார்கள். மிகவும் வன்முறையாக நடந்து கொள்ளும் நோயாளிகளைக் கயிறு போட்டு கட்டி இருப்பார்கள். பல முறை எலெக்ட்ரிக் ஷாக் பெற்ற பின் வன்முறை குறைந்தவராக மாறிவிடுவர்.

ராஜேந்திரன் இருந்த அறையில் ஒரு இரும்புக் கட்டிலும் படுக்கையும் தண்ணீர் பாட்டிலும் மட்டுமே இருந்தன. மற்ற நோயாளிகளை ஒப்பிடும்போது ஒரே வித்தியாசம் அவனுக்கு ஷாக் ட்ரீட்மென்ட் கொடுக்கப்படவில்லை. வாரம் ஒரு முறை வரும் டாக்டர் அவனுக்கு இது தேவையில்லை என்று சொல்லியிருந்தார்.

ராஜேந்திரன் க்ரில் கேட்டுகளின் கம்பி வழியே மரங்களும் மரங்கள் மறைக்காத வானத்தையும் பார்த்தான். சிறு வெண் மேகங்கள் அலையாது நின்றிருந்தன. வாகனங்களின் இரைச்சல் விட்டு விட்டு கேட்டுக் கொண்டிருந்தது. சிறிது நேரம் கழித்து கால் வலி எடுத்ததும் கட்டிலில் அமர்ந்து காற்றிலேயே விரல்களால் எழுதினான்.

'மதுரை வீரன் பெரியண்ணன்
காத்தவராயனைக் கும்பிடு
வாள்வீச்சு பழக நாளாகும்
ஆனால்
வாள் எப்போதும் உடையோடு
ஒட்டிய உறையும் இருக்க
வேண்டும்
ஆண்மகனுக்கு
பளிச்சிட வேண்டும்
கூர்மை இம்மியும் பிசகாததாய்
ஒருமுறையேனும் சுழற்றியே
பின் உறையுள்
இட வேண்டும்
நித்தமும்
உறையுடன் வாள்
தலையணை அருகே
இருக்க வேண்டும்
நடு நிசியை
இரு துண்டாக்க
வீசத் தேவைப்படும்
வாளை வார்த்தெடுத்த
நெருப்பும்
சம்மட்டியும்
ஆண்மைக்குள்
கனன்று கொண்டிருக்கும்

பெயருக்குள்
அடங்க இயலாது
ஆண்மை
சிறைகளை உடைத்துத்
தூளாக்கும்
காயங்கள் தழும்பேறப்
பெருமிதம் கொள்ளும்
பூக்களின்
உரசலில்
சுதாரித்து
கூர்வாளை
உருவி
நிலைத்துக் கொள்ளும்
உடலை ஒட்டி
எட்டுத் திக்கிலும்
வாளைச் சுழற்றி
நெஞ்சை நிமிர்த்தி
வானத்தை நோக்கும்
வானைப் பிளக்கக்
கூடும் வாள்
பிசிறு தட்டும்
நொடிகளைப்
பிளந்து தள்ளும்
கண்டிப்பாய்.'

15

மதியம் மணி பன்னிரண்டு.

''இன்னும் கொஞ்சம் காரக் கொளம்பு வெக்கறேன். நல்லா யிருக்கா?'' அவனுக்குக் கமறி விக்கியது.

''மெதுவா சாப்பிடுடா...'' தூக்க முடியாதபடி வயிறைத் தூக்கிய படி கை நிறைய அடுக்கியிருந்த கண்ணாடி மற்றும் பிற வகை வளையல்கள் ஒலிக்க மலர்விழி எழுந்து ஒரு டம்ளர் தண்ணீரைக் கொண்டுவந்து அவன் முன் வைத்தாள். ''முதல்ல தண்ணியை குடிடா.''

''ஆம்லேட்டை ரசம் வரைக்கும் வெச்சிருக்க மாட்டே... இரு, அப்பளம் சுட்டு போடறேன்.''

அப்பளம் சுட்டபடியே ''ஏண்டா, ஏதோ கால் சென்டராமே... அதுக்கு நிறைய பசங்க வேலைக்கி போறானுங்களாமே...''

''ஆரம்பிச்சிட்டியா... உன் புருஷனுக்கும் இப்படிதான் சோத்தைப் போட்டு உன் பல்லவியை ஆரம்பிப்பியா?''

''பேச்சை மாத்தாதடா... கால் சென்டர் வேலைக்கி போனா என்ன?''

''அதுக்கு நுனி நாக்கு இங்கிலீஷ் வேணும். டவுன் பஸ்ஸுல காலேஜுக்கு போன மாதிரி 'என்னா மச்சி'ன்னு தமிளுல பேசிட்டு வந்துட முடியாது.''

''இங்கிலீஷ் எப்படியானாலும் கத்துக்கறது...'' பொன்னிறமான இரண்டு அப்பளங்களை அவன் தட்டில் வைத்தாள்.

முகமெல்லாம் வியர்வை வழிய அம்மா ஒரு குடம் தண்ணீருடன் வந்தவள் ''நீயும் உக்காரு மலரு... நான் சாப்பாடு போடறேன்'' என்றாள்.

''இரும்மா... இவனை மிச்ச விஷயம் கேட்டுட்டு உடறேன்.''

''அத கத்துக்கறதுதானேடா?''

''அந்த இங்கிலிஷ் டவுன்ல இங்கிலிஸ்லயே பேசி வளந்த புள்ளைங்களுக்குதான் வரும். கத்துக்கறதாமே கத்துக்கறது...''

''என்னமோடா... நீ தலையெடுத்து அம்மாவை காப்பாத்தணும்...''

''ஏன் நீ வேலைக்கி போயி மாமாவுக்கு ஒத்தாசையா இருக்கறது தானே? எத்தன பொம்பளைங்க பையைத் தூக்கிக்கிட்டு வேலைக்கி போவுறாங்க? நீ ப்ளஸ் டூ ஃபெயிலு. ஏதோ பொம்பளைப் புள்ளேன்னு குடுத்தனம் பண்ணறேன்னு தப்பிச்சிக்கிட்டே.'' அவன் மேலே பேசும் முன் அவன் கன்னத்தில் விழுந்த அறையில் அவன் வாயிலிருந்த சோறு வெளியே தெறித்தது. ஒரு நிமிடம் நிலைகுலைந்து சுவரில் சாய்ந்துவிட்டான்.

''புள்ளத்தாச்சியப் பாத்து பேசுற பேச்சாடா இது... பிரசவ செலவுக்கு, பொறக்குற கொளந்தக்கி மாமன் தரப்பு சீரா ஒரு பவுனு செயினு வாங்க வழியில்லாம... வெட்டிப் பயலே...''

''ஏம்மா அடிச்சே... தம்பி பாரு பாதி சோத்தை விட்டு எளுந்து போயிட்டான்...'' மலர்விழி கண்களில் நீர் நிறைந்தது.

இப்போது சித்ரா விடாமல் மொபைலில் தொடர்பு கொள்கிறாள். அவளது மிஸ்ட் கால்களால் ஃபோன் நிரம்பி வழிகிறது. இப்போதும் அவள்தான். அக்கா மலர்விழி அன்று அக்கறையோடு பேசியது அனைத்தும் இப்போது நினைவுக்கு வருகிறது. இந்த சந்தோஷ சமாசாரத்தை முதலில் மலரிடம் சொல்லலா மென்றிருந்தால் அவள் மொபைல் 'ஸ்விட்ச் ஆஃப்' என்றே வருகிறது. வேறு வழி தோன்றாமல் சித்ராவின் ஃபோனை 'ரிசீவ்' பண்ணினான். ''என்னா விஷயம்?''

''ஏன் ரெண்டு நாளா ஃபோனே இல்லே?''

''சும்மா ஃபோன் பண்ணாதே. எனக்கு கால் சென்டர்ல வேலை கிடைச்சாச்சு. மாசம் எட்டாயிரம் சம்பளம். நான் பிஸி...'' என்றான்.

•

லதாவின் கார் நின்றவுடன் அதனுள் ஒலித்துக் கொண்டிருந்த 'அலைபாயுதே... கண்ணா... என் மனம் அலை பாயுதே...' என்னும் பாடல் ஒலி ஓய்ந்தது.

தன்னுடைய கையில் இருந்த 'முந்தல்' என்னும் சிறுகதையை காருக்கு உள்ளேயே விட்டுவிட்டு மருத்துவமனைக்குள் நுழைந்தாள்.

வரவேற்பாளர் ராஜேந்திரனைக் கீழே அழைத்து வர இயலாது என்று தெரிவித்ததும் ஒரு 'வார்டு பாய்' கூட வர மாடியில் ராஜேந்திரன் இருக்கும் அறையை அடைந்தாள்.

பரபரப்பும், வார்த்தைத் தேர்வில் பரவச உற்சாகமுமாகத் தன்வய மாகப் பேசும் ராஜேந்திரனா அது? கண்ணீரைக் கட்டுப்படுத்துவது மிகப் பெரிய போராட்டமாக இருந்தது லதாவுக்கு. ''எதுக்காக எதை பணயம் வைக்க தயாராயிருக்கோம்? எந்த விலையைக் கொடுத்து எதை அடையத் துடிக்கறோம்கற கேள்வி எப்பவுமே நம்ம முன்னாடி நிக்குது'' என்பான்.

இப்போது அந்தக் கேள்வி அவனையே ஒரு வலையாகப் பின்னிப் பிணைத்திருப்பதாகப் பட்டது. ''சுவாசம் என்னவோ தொடர்ச்சியா இருக்கு. ஆனா உயிரு போயிட்டு போயிட்டு வருதே...'' என்று எவ்வளவோ புலம்பியிருக்கிறான்.

விரல்களால் காற்றில் அளைந்துகொண்டு ஏன் இப்படி ஒடுங்கி விட்டான்?

'காட்டுப் பூக்களைத் தேடி
வன தேவதை
வரும் நேரம்
இரவா பகலா என்று
சொல்ல முடியாது
தேவதையின் காந்தியில்
வனம் பிரகாசமாயிருக்கும்
மரக்கிளைகளைக் குலுக்கி
தொடுப்புகள் இல்லா
தூய மலர்கள் சிதற
அவள்
வைரப் பூவாய்
பிரகாசிப்பாள்
சிறகு விரிக்கும்

வரை தேவதை
புவிக்கு அன்னியமாய்த்
தென்படுவதில்லை
அவளின் அருகாமையில்
உள்ளார்ந்த
வலிகள் மறைந்து
மீட்சியை
அவள் நீங்கியதும்
உணர்வாய்
அவளைக் கண்டதும்
வரம் கேட்கும்
சுயநினைவிருந்தால்
விடுதலையே இல்லை உனக்கு.'

16

தலைமையாசிரியை அறையில் (எதிரில்) சாந்தா டீச்சர் பொறுமையாக அமர்ந்திருந்தாள். தலைமை அப்போது இணைய தளத்தில் எதையோ அலசிக் கொண்டிருந்தார். ஒருமுறை ஜன்னல் வழியாக எட்டிப் பார்த்து இந்த அம்மாள் எதிரே யாரும் காத்திருக்காமல் தனியாக இருக்கும்போது ஏதாவது செய்வாரா இல்லை வெத்து பந்தாவுக்காக மட்டும்தானா இதெல்லாம் என்று வேவு பார்க்க வேண்டும்.

சாந்தா தன் மொபைலில் தேவையற்ற குறுஞ்செய்திகளை நீக்க ஆரம்பித்தாள். ''யெஸ்'' என்றதும் ''மேம்... டிவி ஸீரியல்ல வர்ற 'குழலூதி மனமெல்லாம்' ஸாங்குக்கு கிருஷ்ணர் வேஷம் போட ஒரு ஸ்டூடன்டை செலக்ட் பண்ணியிருக்கேன்...''

''டீச்சர்ஸ் சில்ரன் யாரும் வேண்டாம்'' என்றார் தலை.

''நோட்டட் மேம்... அப்புறம் 'தத்து'ன்னு ஒரு தமிழ் ஷார்ட் ஸ்டோரி கொடுத்து படிக்கச் சொன்னீங்க...''

''படிச்சாச்சா?''

''இல்ல மேடம், எனக்கு அவ்வளவா தமிழ் வராது.''

''ஓகே. லீவ் இட். அந்த மேனுஸ்கிரிப்டை எங்கிட்ட கொடுங்க...'' பந்தாவாக திருப்பி வாங்கிக்கொண்ட தலைமை ஆசிரியைக்கு இரவுதான் படிக்க நேரம் கிடைத்தது.

•

மதியம் மணி ஒன்று. தியாகராசன் 'தியாகராஜனா'க இருக்கும் போதே குருநாதன் தியாகராசன் வீட்டுக்கு வந்திருக்கிறான். அப்போது குருநாதன் எட்டாவதோ ஏழாவதோ படித்துக் கொண்டிருந்தான். ஜாதி சங்கக் கூட்டங்களில் குருநாதன் தமிழில் அழகாகப் பேசுவான் என்பதாக அவனை அனைவரும் அறிந்து வைத்திருந்தனர். அப்போது தியாகராசன் வீடு இதே இடத்தில் இன்னும் சிறியதாக ஒரே ஒரு மாடியும், 'க்ரில் கேட்' கதவும் திண்ணையுமாக இருந்தது. வீட்டுக்குப் பின்னே ஒரு வாழையும் முன் பக்கம் ஒரு எலுமிச்சை, ஒரு முருங்கை, ஒரு மல்லிகைக் கொடி இவைகள்தான் இருந்தன. இப்போது அழகான 'க்ரோட்டன்ஸ்', நிறைய தொட்டிச் செடிகள், புல் தரை என வீட்டில் முன் பக்கம் பெரிய தோட்டம், பெரிய இரும்பு கேட், காவலாளி, நாய்கள். முன்பு அவரது முழுக்குடும்பமும் இருந்த கீழ்த்தளத்தில் இப்போது மிகப் பெரிய ஹால் வரவேற்பறை யாகவும் அதைச் சுற்றி இரண்டு மூன்று உதவியாளர்களின் அறைகளும் அவரது பெரிய அலுவலக அறையும் இருந்தன. கட்சித் தலைவரின் மிகப் பெரிய படம் ஹாலின் முடிவில் இருந்த சுவரை அடைத்திருந்தது. கட்சித் தலைவர் மற்றும் கூட்டணித் தலைவர் ஆகியோருடன் ராசேந்திரன் எடுத்துக்கொண்ட புகைப்படங்கள் சுவரின் பல இடங்களை ஆக்கிரமித்துக் கொண்டிருந்தன. சுவர்க்கடிகாரம் மணி ஒன்று என்றாலும் குளிர் சாதனம் பகலின் உஷ்ணத்தை விழுங்கியது. தன் பெயரை ஒரு தாளில் உதவியாளரிடம் அவன் கொடுத்து அரை மணிக்கு மேலாகியிருந்தது. அவனுக்கு முன்னால் வந்த யாரும் இன்னும் உள்ளே போகவில்லை. தேநீர் வந்தது. காத்திருந்த பலரும் செல்ஃபோன் அடித்ததும் வெளியே போய் அங்கே இருந்த நிசப்தம் பாதிக்கப் படாது பார்த்துக் கொண்டார்கள்.

எங்கேயும் காத்திருப்பது குருவுக்கு சிரமமானதே இல்லை. தனியே காத்திருக்கும்போது எதையேனும் சிறிது நேரமாவது அசை போட வாய்க்கிறது. கூட யாராவது பதற்றமும் பரிதவிப்பு மாக காத்திருக்கும்போது ஒரு நல்ல உள்ளாழும் அனுபவம் தட்டிப் பறிக்கப்பட்டு விடுகிறது. இன்று வெகுநாள் கழித்து ஒரு காத்திருத்தல். மர நிழல் மாதிரி ஒரு தனிமை.

இந்தச் சந்திப்பில் அவனுக்குப் பிடித்திருந்தது அப்பா அவனை எதற்காக அனுப்புகிறேன் என்று சொல்லாமல் அனுப்பி வைத்ததுதான். ஒரு முறை ஒரு உறவினர் வீட்டுக்கு அவர் பெண் பூப்பெய்தியதற்கு ஒரு புடவையைப் பரிசாகக் கொடுத்து வரச்

சொன்னார். அவர்கள் விழுந்து விழுந்து உபசரிக்க அந்தப் பெண்ணும் அறை சன்னல் வழியாக எட்டிப் பார்க்க அவனுக்கு ஒரு மாதிரி அப்பாவின் உள் நோக்கம் புரிந்தது. ஆனால் சில மாதங்களில் அப்பா தன் எண்ணத்தை மாற்றிக்கொண்டார்.

ஹை ஸ்கூலில் படிக்கும்போது அம்மா அண்ணன் அக்கா யாருமில்லாமல் தனியே அவனை சித்தி வீட்டுக்கு அனுப்பிய போதும் சித்தியும் சித்தப்பாவும் உள்ளங்கையில் வைத்துத் தாங்கினார்கள். நிறைய புதுத் துணி மணிகள், அவனையொத்த பையன்களுடன் சினிமா, வீட்டில் விருந்து சாப்பாடு, ஹோட்டலிலிருந்து ஐஸ் க்ரீம் என்று ஒரே அமர்க்களம். அதற்குப் பிறகு சித்தியும் சித்தப்பாவும் அடிக்கடி வந்து போக இருந்தார்கள். அவனுடைய தலையை சித்தி கோதிக் கொடுத்தாலும் அவன் வெட்கத்தில் நெளிவான்.

ஒரு நாள் அவன் தூங்கிவிட்டதாக நினைத்து "ஜோஸியர் இப்படி கெடுத்திருக்க வேண்டாம்" என்று பேச ஆரம்பித்தபோது காதைத் தீட்டிக் கொண்டான். சித்தப்பாவுக்கு அவனைத் தத்தெடுப்பதால் சில பெரிய சங்கடங்கள் உண்டாகும் என்றாராம் ஜோஸியர். பிறகு அவர் பொருத்தமான ஒரு சொந்தக்காரப் பையனைத் தத்தெடுத்தார். இன்றுவரை நூற்றுக்கணக்கான முறை பதில் தெரியாமலேயே ஒரே கேள்வி அவன் மனதில் நிழலாடி மறைகிறது. சித்தி வீட்டு வசதியும் சொத்தும் தனக்குக் கிடைத்தால் போதும் என்றா அப்பா அம்மா முடிவு செய்திருப்பார்கள்? தாரை வார்த்துக் கொடுக்க அம்மாவால் கூடவா முடிந்திருக்கும்? இல்லை அப்பாவின் ஜோஸியர் இவனைத் தள்ளி விடுவதுதான் உமக்கு நல்லது என்று சொல்லியிருப்பாரா?

அதற்குப் பிறகு அப்பா அம்மாவின் மௌனங்களையோ அல்லது பேச்சையோ உன்னிப்பாக கவனிக்க ஆரம்பித்தான். பெற்றவர்களின் பாசம் அவ்வளவுதானா? ரத்த சம்பந்தத்தைத் தாரை வார்க்கும் தண்ணீர் கழுவித் துடைத்துவிடுமா? அம்மா என்று - என்னதான் அம்மாவின் சகோதரி என்றாலும் - சித்தியை அழைக்க முடியுமா? தாய் தந்தையரை இழந்தவன் அனாதை. தாய் தந்தையாரால் இழக்கப்பட இருந்தவன் (அவர்கள் முன்வந்து இழக்கத் தயாராயிருந்த காரணத்தால்) அனாதை ஆகாதவன் அவ்வளவுதானே? ஒரு கணம் கண்ணில் நீர் துளிர்த்தது.

"ஸார்... ஒரு நிமிஷம் உள்ளே வாங்க" உதவியாளர் வந்து தனது அறைக்குள் அழைத்துப் போனார். அதிக ஆர்ப்பாட்டமில்லாமல் ஒரு கம்ப்யூட்டரும் சில நாற்காலிகளுமாயிருந்தது.

முள்வெளி | 95

''தலைவர் ரொம்ப பிஸியாயிருக்காரு. நீங்க காலேஜ்ல பேச்சுப் போட்டியில எல்லாம் நிறைய பிரைஸ் வாங்கி இருக்கீங்கன்னு அப்பா சொன்னாரு. கட்சி மீட்டிங் வரும்போது நம்ப ஜாதியிலே சுதந்திரப் போராட்டம், இந்தி எதிர்ப்புப் போராட்டம்னு தியாகம் பண்ணினவங்க வாழ்க்கைக் குறிப்பைச் சொல்லி, பாரதி, பாரதி தாசன் பாட்டையும் சேத்து நீங்க பேசணும். ஒண்ணு ரெண்டு ஸ்கிரிப்ட் தயார் பண்ணுங்க. ஏதேனும் ஹெல்ப் வேணும்னாலும் நானும் செய்வேன்.'' ''ஓகே'' என்று தலையசைத்து விடைபெற்றான் குருநாதன். ஒரு வேளை தத்து கொடுக்கப்பட்டிருந்தால் இந்த 'சக்கர வியூக'த்தைத் தவிர்த்திருக்க இயலுமோ?

●

இரவில் லதாவை உரிமையுடன் அழைக்கும் தோழிகளில் தலைமையாசிரியையும் ஒருவர். அவர் பாட்டுக்கு தான் வாசித்த கதையைப் பற்றி விஸ்தாரமாக லதாவிடம் பேசத் துவங்க, லதா அந்தத் தொகுப்பில் பல கதைகளைப் படிக்கவில்லை என்பதால் ஏதோ சமாளித்துப் பேசினாள். ராஜேந்திரனின் நினைவும் சரளமாகப் பேச இயலாது குறுக்கிட்டது. இப்போது என்ன செய்துகொண்டிருப்பான் ராஜேந்திரன்... காற்றில் விரல்களால் துழாவிக் கொண்டிருப்பானோ?

●

'வண்ணத்துப் பூச்சிகள்
மட்டுமல்ல
பிணந்தின்னிக் கழுகுகளின்
சிறகுகளும்
படபடக்கும் வனவெளியில்
வனத்தின் ஸ்பரிசத்தில்
சல்லிவேரின் ஈரம்
பாலைவனத்தின் விரகம்
வருட
சிலிர்த்திருக்கும் இலைப் பசுமை
வனம் அணிந்த
நீரோடை
நிலம் புகும்
வயற்காட்டுத்
தவளை சுவாசத்தில்

வனத்தின் நீட்சியிருக்கும்
கடற்கரையில் காயும்
மீன் வலைக்கு
வசப்படாத பின்னல்
சிலந்தி வலையாய்
விரியும்
குதிரைக் குளம்புகளில்
தெறித்துக் கிளம்பிய
புழுதி
கோபுர பொம்மைகளின்
வண்ணங்களை
மறைத்துப் படியும்.'

17

மதியம் மணி இரண்டு. கிருட்டினன் கவிதையை ஆழ்ந்து படித்துக் கொண்டிருந்தார். எதிரில் அமர்ந்திருந்த கவிஞனான அவனுக்குத் தன் படைப்புகளை யாரும் தன் எதிரில் படிப்பது வரவேற்கத் தக்கதல்ல. தனது அருகாமையின் கட்டாயத்தால்தான் அவர்கள் படிக்கிற மாதிரி ஒரு தோற்றம் வந்துவிடுகிறது. கண்படாமல் மேம்போக்காகப் படித்துவிட்டுப் பிறகு 'நன்றாக இருக்கிறது' என்னும் வெற்று இரு வார்த்தைகளால் உற்சாக கர்வத்தைத் தகர்ப்பதே தேவலாம்.

கிருட்டினன் தமது வீட்டு வரவேற்பறையில் நடத்தும் இலக்கிய அமர்வுகளில் கவனம் பெறுமளவு அவன் இன்னும் சோபிக்க வில்லை. கிருட்டினன் நடத்தும் சிறு பத்திரிகையில் அவன் கவிதை வெளி வந்தபோது பஸ் பிடித்துப் போய் பார்த்து நன்றி தெரிவித்தான். ஆனால் அவனது அடுத்த மூன்று நான்கு கவிதை களை அவர் பிரசுரிக்கவில்லை. அவர் விமர்சித்த விதம் ஓரளவு தன்னை சுய விமர்சனம் செய்து, தனது படைப்புகளை செம்மைப் படுத்த அவனுக்கு உதவியது.

கிருட்டினன் படித்து முடித்துவிட்டு ''அனேகமா இதையும் நான் வெளியிட மாட்டேன்'' என்றார்.

''தேறலைங்களா?''

''இல்லே. நல்லா வந்திருக்கு கவிதை. கூர்மையானது. குறி தவறாம பாய வேண்டிய இடத்தில பாயும்.'' பிறகு என்னவாம்? ஓரிரு நொடி இடைவெளிக்குப் பின் ''களத்துல இறங்கற

வலிமையும், உங்களுக்காக பேசற குழுவும் உருவாகற வரைக்கும் இந்தக் கவிதை வரக் கூடாது..."

"ஏன் ஸார்? இலக்கியத்துக்கு குழு இல்லாம முடியாதா?"

"அமைப்புகளை ஒட்டுமொத்தமா விமர்சிச்சிருக்கீங்க... என் சிறு பத்திரிகையும் அதோட ஆசிரியர் குழுவும் கூட ஒரு அமைப்பு தானே?"

"அமைப்புக்குள்ளே இருக்கற கட்டுப்பாடுகளையும் அதே சமயம் அமைப்புகளே காலத்தோட கட்டாயமான அவசியங்கள் அப்படிங்கற மாதிரி இரு பொருளும் இணைந்து வர்ற மாதிரிதானே எழுதி இருக்கேன்."

"உங்க ஆளுமை இதைச் சொல்லுற அளவுக்கு அங்கீகரிக்கப் பட்டிருக்கணும். வளந்தவங்க சர்ச்சைகள் மூலமா மேலும் தன்னை ஸ்திரப்படுத்திக்கலாம். ஆனா வளரும் முன்னாலே சர்ச்சைகளில மாட்டிக்கக் கூடாது..."

"சிறு பத்திரிகையில கூட சுதந்திரமா எழுத முடியாதா ஸார்?"

"சர்ச்சைகளை சுமக்கும்போது அந்தப் பத்திரிகைக்கும் எதிர் வினையத் தாங்கிக்கற கட்டாயம் வரும். அதுக்கான த்ராணி என் பத்திரிகையையும் சேத்து பல சிறு பத்திரிகைகளுக்கு கிடையாது."

அவர் சொன்ன பதில் அவ்வளவு சமாதானமாகப் படவில்லை. என்றாலும் தன் மீது அவர் இதுவரை நிறையவே மரியாதையும் அக்கறையும் காட்டி இருக்கிறார். மூத்த எழுத்தாளராயிருந்தாலும் இவனைக் கத்துக்குட்டிபோல நடத்தியதே கிடையாது.

பேச்சு திசைமாறி ப்ரேம்-ரமேஷ் "பின் நவீனத்துவ எழுத்து என்று எதுவும் கிடையாது. பின் நவீனத்துவ வாசிப்பு என்னும் அணுகு முறை வேண்டும்" என்பதாகத் தான் புரிந்துகொண்ட கருத்தை அவன் கூறியதும் அவர் தமது அபிப்ராயத்தை சொல்ல ஆரம்பித்தார்.

பசி வயிற்றைக் கிள்ளியபோதுதான் மணி இரண்டடித்துவிட்டது தெரிந்தது.

கிருட்டினனைப் பார்த்தாலே உணவு அவருக்கு அவ்வளவு அக்கறைக்குரிய விஷயமில்லை என்பது தெரியும். ஞாயிறு பகலில் அவர் வீட்டில் யாரேனும் தூங்க விரும்பினாலும்

'சளசள'வென்று பேச்சுச் சத்தம் தொல்லையாக முடியக் கூடாது. மனைவியுடன் எங்கேயோ வெளியே போகவேண்டும் என்று சொல்லிக் கிளம்பினான்.

பஸ்ஸில் ஏறியதும் பைக்குள் கை விட்டால் பத்து ரூபாயும் சில்லறைகளுமே தென்பட்டன. போனவுடன் அவள் ''கைமாத்தா வாங்கி வாரேன்னீங்களே, கெடச்சதா?'' என்பாள்.

இவர் தனக்கு பதில் சொன்னதுபோல் துல்லியமாய் விளக்கி பதில் சொல்ல முடியாது. அவள் அதை எதிர்பார்க்கவும் மாட்டாள்.

●

லதாவின் மொபைல் ஒலித்தது. ''மேடம், லேடீஸ் மேகஸைன் இன்டர்வியூவுக்காக உங்களை பாக்க சுந்தரின்னு ஒரு மேடம் வந்திருக்காங்க...''

''டூ மினிட்ஸ்... கீழே வரேன்.''

சுந்தரி தன் வயதை ஒட்டியவளாகத் தோன்றினாள். சற்றே பதற்றமாக இருந்தாள்.

''வணக்கம்.''

''ஐ ஆம் சுந்தரி.''

''நைஸ் மீட்டிங் யூ... 'பற்றாக்குறை'ன்னு ஒரு ஸ்டோரி. எடிட்டர் என் கிட்ட கொடுத்து படிக்கச் சொன்னாரு. படிச்சேன். 'ஆடிக் கொண்டார் அந்த வேடிக்கை காண கண் ஆயிரம் வேண்டாமோ'ன்னு ஒரு 'ஸாங்' பாடறதுக்கு ஒருத்தரை சஜெஸ்ட் பண்ண சொன்னீங்களாம்... நான் ஃப்ரீலான்ஸ் ஜர்னலிஸ்ட். எனக்கு பாட வரும்.''

''கொஞ்சம் மூச்சு விட்டுக்கறீங்களா?'' சூழலை சற்றே இளக்கும் விதமாகக் கேட்டாள் லதா.

''ஸாரி... நீங்க ரொம்ப பிஸின்னு கேள்விப்பட்டிருக்கேன். அதான்.''

''நெவர் மைண்ட்.''

காபி வந்தது.

'ப்ளீஸ்' என்று அவளை அமர வைத்தாள் லதா.

''இன்டர்வ்யூவை ஆரம்பிக்கலாமா?''

''ப்ளீஸ்... ப்ரொஸீட்...''

சுந்தரி தன் மொபைலில் ஒரு பொத்தானை அழுத்தினாள். ''மொபைல்லயே ரெகார்ட் பண்ணிக்கறேன் மேடம்.''

''ஓகே.''

''நீங்க இந்த ப்ரொஃபெஷனுக்கு எப்படி வந்தீங்க?''

''நான் காலேஜ் முடிச்சி சும்மா இருந்தப்போ ஃபேமிலி ஃப்ரெண்ட் ஒரு அங்கிள் என்னை ஒரு 'எஃப் எம்'ல ரேடியோ ஜாக்கியா சேத்துவிட்டாரு. ஒன்ஸ் மீடியா லைன்ல வந்தப்பறம் ஒவ்வொண்ணா கத்துக்கிட்டு இப்போ ஒரு ப்ரொட்யூஸரா இருக்கேன்.''

''பர்ஸனலா ஒரு கேள்வி... கேக்கலாமா...'' தயங்கினாள் சுந்தரி.

''நோ ப்ராப்ஸ்... கோ அஹெட்.''

''நீங்க இப்போ ஸிங்கிளா இருக்கீங்க... இது பத்தி உங்களுக்கு வருத்தம் ஏதும் உண்டா?''

''டூ யூ வான்ட் டு ஸெல் தி ஐடியா தட் பீயிங் ஸிங்கிள் ஈஸ் பெயின் ஃபுல்?''

''நாட் எக்ஸாக்ட்லி... இந்த பாபுலர் வ்யூவை நீங்க ஏத்துக்கறீங்களா? அப்படி வேணும்னா மாத்திக்கறேன்.''

''நான் என்ன நினைக்கறேங்கறது லெட் இட் வெய்ட். மேரீட் லைஃப்ல பெயின் அதிகமா? ப்ளஷர் அதிகமா? சொல்லுங்க.''

''இட் ஆல் டிபென்ட்ஸ்.''

''யெஸ், இட் ஆல் டிபென்ட்ஸ் ஆன் வாட் யூ எக்ஸ்பெக்ட் ஃப்ரம் லைஃப்... இன்னும் கரெக்டா சொல்லணும்னா ஒரு லேடி தனக்குன்னு ஒரு பர்ஸனல் லைஃப் இருக்கறதா நெனக்கறாளா அப்படிங்கறதை பொருத்தது.''

''மேடம்... வாட் ஈஸ் பர்ஸனல் ஹாஸ் டிஃபரென்ட் மீனிங் இன் டிஃபரென்ட் பேக் க்ரவுண்ட்ஸ். இன் அர்பன் லைஃப் ஸ்டைல் ப்ரைவஸி ஹாஸ் அ ப்ளேஸ். இன் ரூரல் ஏரியாஸ் தேர் ஈஸ் நோ சான்ஸ் ஃபார் ப்ரைவஸி.''

''சுந்தரி... நான் சொல்றது நாட் ஒன்லி ப்ரைவஸி. ஐ மீன் அ மிஷன்... லைஃபுக்கான மிஷன் தன்னோட இம்மீடியட் ஃபேமிலி

மட்டும்தான்னு சொல்லிக்கற ஜென்ட்ஸ் அண்ட் லேடீஸ் நைன்டி நைன் பர்ஸன்ட். பட் அந்த மாதிரி சொல்லிக்கறவங்கதான் எலியும் பூனையுமா எதோ ஒரு காரணத்தினால ப்ரேக் ஆகாத மேரேஜ்ல டைய்டா இருக்காங்க. மிஷன் மட்டுமே மையமா ஒரு ஆணும் பெண்ணும் யுனைட் ஆக முடியும். ஃபார் ஆன் எக்ஸாம்பில் லெட் அஸ் டேக் க்யூரி கப்பிள்...''

''ரேடியம் கண்டுபிடிச்சாங்களே...''

''யா ஐ மீன் தெம் ஒன்லி. அவங்க ரெண்டு பேரோட பர்ஸனல் லைஃப் ஆர் மிஷன் ஒண்ணா அமைஞ்சது. அந்த மாதிரி அனேகமா யாருக்குமே இல்லை. அப்போ தன்னோட மிஷனை விட்டுடறது ஸெல்ஃப் இன்ஜஸ்டிஸ். ஐ ஆம் நாட் ஃபார் இட்.''

''மேடம் இஃப் யூ டோன்ட் மிஸ்டேக்... மதர்ஹுட்ங்கறது ரொம்ப உசத்தி இல்லியா?''

லதா சிரிக்கத் தொடங்கினாள். ''சுந்தரி... மதர்ஹுட் உசத்திதான். ஆனா அது வாழ்க்கையோட ஒரு ஸ்டேஜ். ஒரு பார்ட். அதுக்காக என் வாழ்க்கையையே பணயம் வெக்கறேன்னு சொல்ல முடியுமா?''

''மேடம்... நீங்க சொல்ற மிஷன் முடிஞ்சப்புறம், ஒரு வேக்கூம் வராதா?''

''மே பீ... பட் இப்போ ஃபேமிலி ஸொஸைட்டி... எனி ரிலேஷன்ஷிப்... அதுல வேக்கூம் இல்லாம இருக்கா?''

''மேடம், ஐ ஆம் நாட் ஏபில் டு கெட் யூ.''

''ஓகே, லெட் மீ புட் இட் டிஃப்ரென்ட்லி... ஒருத்தர் தன் கிட்டேயிருந்து தானே எக்ஸ்பெக்ட் பண்ற அசீவ்மென்ட்ஸ் சிலது இருக்கு. மலைக்கி மேலே போகப் போக சிரமமா இருக்கும். முனைஞ்சி மேல போகறது ஒருத்தரோட நிச்சயமான அல்லது திடமான முடிவைப் பொறுத்தது. வேக்கூம் பத்தியெல்லாம் யோசிச்சி தொடங்க முடியாது.''

''மேடம், ஸ்டில் மேன் ஆர் உமன் தேர் ஈஸ் டிபென்டன்ஸ் ஆன் ஈச் அதர். அப்படி இருக்கும்போது ஸிங்கிளா இருக்கறதில ஸ்ட்ரெஸ் இருக்காதா?''

''தேர் ஆர் டூ ஆஸ்பெக்ட்ஸ் இன் திஸ் டிபென்டன்ஸ். ஒன் ஈஸ் ஃபிஸிகல். அண்ட் அதர் எமோஷனல். இந்த ரெண்டுக்காகவும் லைஃபையே பணயம் வெக்கறது டூ மச்.'' அதற்குள் லதாவின்

மொபைல் ஃபோன் ஒலித்தது. ''ஐ வில் கால் யூ இன் ஃபைவ் மினிட்ஸ்...'' சுந்தரியைப் பார்த்து ''ஐ திங்க் வீ மே ஹேவ் டு வைண்ட் அப் அட் திஸ் ஸ்டேஜ்'' என்றாள்.

''மேடம், ஆக்சுவலி வீ வேர் ஜஸ்ட் கெட்டிங் வாமர்.''

''ட்ரூ. பட் இதெல்லாமே எண்ட்லெஸ் டாபிக்ஸ். ஒரு ஐடியா தோணுது. ஃபர்தர் க்வெஸின்ஸ உங்க ரீடர்ஸ் கேக்கட்டுமே... ஐ வில் ரிப்ளை.''

''குட் ஐடியா மேடம். நான் எடிட்டர் கிட்டே சொல்றேன். தேங்க்யூ வெரி மச்.''

''வெல்கம்.''

●

காற்றில் ராஜேந்திரனின் வலது கை விரல்கள் இடைவெளி களுடன் கர்நாடக சங்கீதத்தில் தாளம் போடுபவர் விரல்கள்போல ஏறி இறங்கிக் கொண்டிருந்தன.

'உறைவிடம் இலக்கா
இல்லை உறைவிடம் தேடல்
இலக்கா
ஊரும் எறும்புக்கு?
உலாவலை வெளிப்படையாய்
உறைவிடத்தை மறைவாய்
ஒழுங்கு செய்ய மட்டுமே
அது அறியும்
வரிசையாய்ச் சென்றவர்
யாரும்
நினைவு கூறத் தக்க
எதையும் எட்டவில்லை
என்று அறியாது
மண்புழுவுக்கு
தூண்டிலில் இரையாகத்
தொங்க நேர்வதில்லை
என்பதையும்
ஒளியிலும் இருளிலும்
ஊரும் ஆற்றலின்
பெருமிதத்தில்

எறும்புகள்
தவளையின் பெருமை
இதனிலும்
மிக்கது
என்று உணரா.'

18

"இன்று 'பாயி த்வஜ்'. அதனால் இப்போதே (மதியம் மணி மூன்று) கிளம்புகிறேன்." சதானா கிளம்பிவிட்டாள். காலை முதல் அவள் எதையும் செய்து கிழித்திருக்க வாய்ப்பில்லை. கை நிறைய மருதாணியும் 'மேக் அப்'பும் உயர்ந்த ரக பருத்திப் புடவையும் அதை விட விலையுயர்ந்த பூ வேலை செய்த 'ஷால்' என அவளும் அவள் தோழிகளும் ஒருவரை ஒருவர் சந்தித்து சமூக உறவுப் பகட்டை நிகழ்த்திக் காட்டிக் கொண்டிருந்தார்கள். சங்கரனுக்கு 'பாயி த்வஜ்' என்றால் என்ன என்று விளக்கினார் அவனது மேலாளர். நம்மூரில் (பெரிதும் பிராமணர்கள் கொண்டாடும்) காரடையான் நோன்பு போன்றதாம். இன்று அவர்கள் அன்னதானம் செய்து கணவன் நலத்துக்காக துர்க்கா பூஜை செய்வார்களாம்.

"மெட்டி போடறாங்களே ஒழிய அனேகமா தாலியே காணுமே சார்..." என்றான்.

"அதெல்லாம் உனக்கு எதுக்கு? டெல்லியிலே உனக்கு புரியாத விஷயம் எத்தனையோ இல்லையா?"

அது என்னவோ உண்மைதான். அலுவலகத்துக்கு வந்து போவது, வேலை செய்வது செய்யாமலிருப்பது இவை எல்லாமே அவரவர் விருப்பப்படி.

"ஒரு மதராஸி என் செக்ஷனுக்கு வந்திருப்பது எனக்கு மிக மகிழ்ச்சி. உங்கள் மூளையும் உழைப்பும் தலைநகரில் எங்கும் மதிக்கப்படுகிறது." அவன் பதில் சொல்லவில்லை. திரும்பித்

தமிழ்நாட்டுக்குப் போவது இந்த ஆளாலேயே தடைபடக்கூடும் என்று அச்சமாயிருந்தது. ஒரு ஆபிஸர் இட மாற்றம் கிடைத்த பின்னும் ஒரு தமிழனை 'இன்னொரு மதராஸி வரும் வரை விட மாட்டேன்' என்றாராம்.

மிகவும் உற்சாகத்துடன் ராஜ்தானியில் வந்து வசந்தி அவனை ஏற்றிவிட்டாள் இடமாற்றம் கிடைத்து அவன் கிளம்பியபோது. ''சந்தோஷமா போயிட்டு வாங்க. வேளா வேளைக்கி சாப்பிடுங்க. பருப்புப் பொடி, எள்ளுப் பொடி, இட்லி மொளகாப் பொடி எல்லாம் வெச்சிருக்கேன். சமைச்சே சாப்பிடுங்க...'' இருள் பிரியாத விடியற்காலையில் ப்ளாட்ஃபாரத்தில் இருந்து ரயில் நகர்ந்தது. நாட்கள் நகரவில்லை.

முதலில் தங்கியிருந்த அறையில் சகாவுடன் ஒத்து வராமற் போக குழம்பிக் கொண்டிருந்தபோதுதான் ராமச்சந்திரன் அவனைத் தன்னுடன் தங்கும்படி அழைத்தான். இருவர் கால் நீட்டிப் படுக்க மட்டும் இடம். ஒரே குளியலறை. 2500 வாடகை. சங்கரன் பங்கு 1250.

எனக்கு எப்பவும் ரூம் சுத்தமாக இருக்க வேண்டும் என்றுதான் துவங்கினான் ராமச்சந்திரன். காலையில் கையில் நியூஸ் பேப்பரை எடுத்தவுடன் 'பெருக்கலாமேன்னு பாத்தேன்' என்பான். 'இந்தப் பெட்டியை நகத்துங்க... ஷூவையெல்லாம் எடுத்து வெளியே வைங்க...' பத்துக்குப் பத்து கூட இல்லாத அறையில் துடைப்பத்தைச் சுழற்றுவது கடினமா? இல்லை சாமான்களை திருப்பி வைப்பது கடினமா?

ஆரம்பத்தில் 'நீங்க பாத்தரம் தேய்ங்க... நான் சமைக்கறேன்...' என்றவன் காலையில் 'துணி துவைக்கறேன்' என்று ஆரம்பிப்பான். பாதி நாள் வீடு சுத்தமாக வைக்கும் விழா. அறையை ஒட்டி பால்கனி இரண்டாகப் பிரிக்கப்பட்டு ஒரு பகுதி சிறு மேடையுடன் சமையலறை என்னும் பெயர் பெற்றிருந்தது.

ராமச்சந்திரன் பேசிக்கொண்டே இருப்பான். வாய் ஓயாத பேச்சு. தனது இலாகா பற்றி, அதில் தான் எத்தனை மதிப்பானவன் என்று அளப்பு.

முனிர்காவில் இரண்டு பேர் எதிரே நடந்து போக முடியாத அளவு நெரிசலான சந்துகளில் நான்கு மாடிக் கட்டடங்கள். ஒவ்வொரு கட்டடத்துக்கும் கீழ்த்தளத்துக்கும் கீழே சுரங்கத் தளம் ஒன்று உண்டு. அந்த வீட்டு சொந்தக்காரர் அதை 'கொடொவுனா'கத்

தனது கடைக்காக வைத்திருப்பார். இல்லை கொடொவுனையே வாடகைக்கு விட்டிருப்பார். கொடொவுனிலிருந்து ஒரு சைக்கிளில் கூட சிமென்ட் மூட்டைகளை எடுத்துப் போக முடியாதபடி குறுகலான சந்துகள். கழுதைகள் முதுகில் சுமந்து முனிர்காவின் குன்றுப் பகுதியில் மேலே ஏறிச் செல்லும் சந்துகளில் நகரும்.

அந்த மாதிரி ஒரு கழுதையாக குறுகலான இந்தக் குடியிருப்பில் தான் மாட்டிக் கொண்டிருக்கிறோம் என்றுதான் சங்கரனுக்குத் தோன்றும். டெலிஃபோன் கம்பெனியில் வேலை செய்கிற ஒருவர் தனியாளாக பக்கத்து போர்ஷனில் தங்கி இருந்தார். சங்கரனுக்கும் அவருக்கும் இரண்டு வித்தியாசம். சென்னைக்கு அவர் நினைத்தபோது பேசுவார். அவர் வீட்டிலிருந்தும் பேசுவார்கள். மொபைல் இந்த அளவு சல்லிசாக வராத காலம் அது. வசந்தி ஒரு கான்டாக்ட் நம்பர் வேண்டும் என்றபோது ராமச்சந்திரன் தடுத்தான். 'எனக்கும் அந்த ஆளுக்கும் ஒத்து வரல்ல. நான் துணி ஊறப் போடறதப் பாத்த அப்பறமும் அவன் ஊறப் போட்டான். புடிச்சி எகிறிட்டேன்' என்று தடையுத்தரவு போட்டான். 'செல்' வாங்கிடுங்களேன். எனக்கும் யூஸ் ஆகும்' என்றான். வாடகையை மிச்சம் பிடிக்க இவனுடன் வந்தால் மேலும் செலவுக்கு வழி சொல்கிறான். அனேகமாக இந்த அறையில் தன்னை அகதியாகவே அனுமதித்திருப்பதாகப் புரிந்தது. 'கானாட் ப்ளேஸி'ல் 620ஆம் எண் பஸ் பிடித்து 'மோதி பாக்'க்குப் பிறகு 'ந்யாய் மார்க்' முதல் ஆரம்பித்து 'ஆகாஷ் வாணி' வரை வரும் 'கோல் சக்கர்'களில் பஞ்சாபி டிரைவர்கள் வளைத்து ஓட்டும்போது வண்டிக்குள் நிற்பது சர்க்கஸ் வித்தைதான். போதாக்குறைக்கு 'மெட்ரோ ரயில்' ஆயத்த வேலைகள் கானாட் ப்ளேஸிலேயே தொடங்கி வாகன நெரிசல் மிகுந்திருக்கும். காலை எட்டு எட்டரைக்குப் போனால் ஸீட் கிடைக்கும். ஆனால் ஐயா சமையலை முடிக்க மாட்டார். சமைத்ததை எல்லாம் ஒன்று ஒன்றாக எடுத்து வைக்க வேண்டும். அவன் தொண தொணப்பை மீறி அள்ளிப் போட்டுக்கொள்ள வேண்டும். அவன் கிட்டத்தட்ட (வைத்த இரண்டு ஆழாக்கில்) பாதியைச்சாப்பிட்டுவிட்டு மீதியில் பாதியை மதிய உணவாகக் கட்டி எடுத்துக்கொண்டு விடுவான். பொறுக்க முடியாத சங்கரன் ஒரு நாள் 'நான் இனி வெளியே சாப்பிட்டுக்கறேன்' என்று வெட்டிக்கொண்டான்.

சென்னையிலேயே சங்கரன் மதிய உணவு கொண்டுபோவது கிடையாது. கேன்டீனில் எதையாவது சூடாகச் சாப்பிடுவான்.

அதனால் டெல்லிக்கு டிஃபன் பாக்ஸ் கொண்டுவரவில்லை. ஆபீஸ் கேன்டீனில் 'சோலே படூரே'யும் , மசாலா தோசாவும் கிடைக்கும். முதல் நாள் சோலே படூரேவுடன் சன்னா (மசாலா மிகத் தூக்கலாக) தின்று இரவு வயிறு சதி செய்துவிட்டது. ஒருவர் 'பாரகம்பா ரோடில்' 'ஸ்டேட்ஸ்மேன் ஹவுஸ்' எதிரே உள்ள இட்டிலிக் கடையைக் காட்டினார். சூடான இட்டிலி சாம்பார். மதியப் பிரச்சனை தீர்ந்தது. சாம்பாரை அப்படியே குடிக்கும் வட இந்தியக் கும்பல் மதியம் ஒரு மணி தாண்டிப் போனால் நெரியும். கூடுமான வரை ஒரு மணிக்குப் பத்து நிமிடம் முன்பாவது போய்விடுவான். சில நாட்களில் டைரக்டர் அப்போதுதான் (12.30 மணி சுமாருக்குதான்) டிஸ்கஷனுக்காகக் கூப்பிடுவார்.

அவன் வந்த புதிதில் மே மாத வெய்யிலில் வீசும் புழுதியில் அனற் காற்றில் இட்டிலிக்காக அலைவது பெரிய சவாலாயிருந்தது.

வாரா வாரம் ஞாயிறு மட்டும் வீட்டுக்கு எஸ்டிடி போட்டு ரூ. 50 வரை பேசுவான். போன வாரம் குழந்தை கணேஷ் பேசவில்லை. ஜுரம், சரியாகிவிடும் என்றாள் வசந்தி. இரண்டு நாளாய் குழந்தை முகம் மனதில் தோன்றி மருக அடித்துக் கொண்டிருந்தது. டைரக்டரிடம் கேட்டால் 'எஸ்டிடி' பண்ண அனுமதிப்பார். ஆனால் இது வரை தைரியம் எழவில்லை. இன்று கேட்டால் என்ன? அவன் அவரது அறைக்குள் நுழையும்போதே ''இவனுகளுக்குன்னு தனித் தொகுதி வேறே. எம்பி ஆன உடனே நூறு கேள்வி கேட்டு அதுக்கு பதில் சொல்ற தலையெழுத்து நமக்கு. மத்தவங்க இருக்கற தொகுதியிலே பிரச்சனையில்லே. இவன் ஜாதிக்காரங்கதான், அந்தத் தொகுதிதான் கஷ்டடப்படுதான். பெஹன் சூவத்.'' 'பார்லிமெண்ட் கொஸின்' பற்றி யாரிடமோ இரைந்து பேசிக் கொண்டிருந்தார். டெலிஃபோனை வைத்தவர் ''ஜிஎம் கையெழுத்தை வாங்கி உடனே போய் 'பார்லிமென்ட் ஸெக்ஷன்'ல கொடுங்க'' என்று இந்தியில் ஆணையிட்டு ஃபைலை இவன் கையில் கொடுத்தபடி எழுந்தார். இன்று செலவைப் பார்க்காமல் சாயங்காலம் கணேஷைப் பற்றி விசாரிக்க வேண்டும் என்று நினைத்துக் கொண்டான்.

அன்று மாலை கிளம்புகிற நேரம் பார்த்து இன்னொரு 'பார்லிமென்ட் கொஸின்'. இரவு பஸ்ஸைப் பிடிக்க நடந்தால் ஒரு மத ஊர்வலத்துக்காக போக்குவரத்து வழி மாற்றப்பட்டிருந்தது. 680ல் ஒன்றரை மணி நேரம் நின்று முனிர்காவில் இறங்கும்போது பசியில் தலை சுற்றியது. 'மெஸ்' மூடும் நேரம். முதலில் அங்கே விரைந்தான். மெஸ்ஸில் ஊற்றிய குழம்பு கெட்டுப் போன வாடை

அடித்தது. சாதத்தை சேர்த்து எடுத்துக் கொட்ட முடியுமா? ஊசச் சாப்பாடு உள்ளே இறங்கும்போது வசந்தியை சமையல் சரியில்லை என்று திட்டிய சம்பவங்கள் உறுத்தின.

பத்து மணி ஆகிவிட்டது. அகர்வால் ஸ்வீட் கடை அருகே இருந்த மருந்துக் கடையில் கச்துடிடு மாத்திரை இல்லை. ‘வெளியே சாப்பிடுகிறேன்’ என்று ராமச்சந்திரனிடம் ரோஷமாகச் சொல்லி இருக்க வேண்டாம். சாப்பாட்டுக்கு நேரம் ஒதுக்காமல் மருந்தைத் தேடி அலைந்திருக்க வேண்டும்.

வீட்டை நெருங்கும்போது கீழ்த்தள வாசற் கதவு, இரும்புக் கதவு மூடியிருந்தது. மணியை அடித்தான். ஐந்து நிமிடம் ஆகிவிட்டது. வீட்டுக்காரனுக்கு இரவு நேரங்கழித்து வருவது பிடிக்காது. வேண்டுமென்றே கூட நிற்க வைக்கிறானோ? மாத்திரை போடாமல் எப்படி இரவை ஓட்டப் போகிறோம் என்று பதற்றமாக இருந்தது. இந்த அலைக்கழிப்பில் வீட்டுக்கு ஃபோன் செய்ய நினைத்தது மறந்துவிட்டது. இப்போது போகலாம். திறந்து பார்த்துவிட்டு மூடினால் மறுபடி திறக்க மாட்டான். அவனிடம் நிறைய வசவும் ராமச்சந்திரனிடம் உபதேசமும் வாங்க வேண்டி இருக்கும். மூக்குக் கண்ணாடியோ, வீட்டுச் சாவியோ, பேனாவோ எதையாவது மறந்து வைத்தாலே ‘என்ன ஸார் மறதி நோயா உங்களுக்கு?’ என்று தைப்பான். இந்த மருந்தின் பெயரும் காரணமும் தெரிந்தால் இதைச் சொல்லிச் சொல்லியே கொன்று விடுவானே... நிற்க முடியாமல் பதற்றமும் உடல் நடுக்கமும் மிகுந்தன. வாசற்படியில் தலையைப் பிடித்தபடி உட்கார்ந்தான்.

●

வசந்தியின் குரல் அந்த சிறுகதையைத் தொடர்ந்து வாசிப்பதைத் தடுத்து நிறுத்தியது. ‘‘என்னங்க திரும்பித் திரும்பி உங்க டெல்லிக் கதையையே படிச்சிக்கிட்டிருக்கீங்க?’’

‘‘நல்லா வந்திருக்கா?’’

‘‘கண்டிப்பா... நல்லாதான் வந்திருக்கு.’’

‘‘வணக்கம் ஸார்.’’

‘‘வணக்கம்.’’

‘‘நான் சென்னைலேருந்து லதா மேடத்தோட பீஏ பேசறேன் ஸார். நாங்க அனுப்பி வெச்ச ‘மதராஸி’ அப்படிங்கற ஷார்ட் ஸ்டோரி கெடைச்சதா?’’

''கெடைச்சதுங்க.''

''டெல்லியில செட்டிலான ஒருத்தர் இந்த எபிஸோடுக்கு லீட் ரோல் ப்ளே பண்ணனும்னு மேடம் விரும்பறாங்க.''

''யா. நான் அவங்க ஈமெயிலை பாத்தேன். ஸூட்டபிளா ஒருத்தர் தமிழ்ச் சங்கத்தில ஆக்டிவ் மெம்பர். அவரு ஒத்துக் கிட்டுருக்காரு.''

''கற்பகவல்லி நின் பொற்பதங்கள் பிடித்தேன், நற்கதி அருள் வாயம்மா...' இந்த பாட்டுக்கு ஒரு மேல் ஸிங்கர் வேணும்.''

''நல்லா லைட் மியூஸிக் பாடறவர் ஒருத்தர் பாட ரெடியா இருக்காரு.''

''ஸார், ஷூட்டிங் டிசம்பர் டைம்லதான் அமையும் போலிருக்கு. குளிர் அதிகமாச்சே. வர்ற டீமுக்கு நீங்கதான் தங்க ஏற்பாடு செய்யணும் ஸார்.''

''ஷ்யூர்.''

''தேங்க் யூ. பிறகு ஃபோன் பண்ணறோம் ஸார்.''

''தேங்க் யூ. பை.''

●

காற்றில் ராஜேந்திரன் கவிதை தொடர்ந்தது.

'செல்ல ஒரு திசை வேண்டும்
அது
எட்டாகப் பிரிந்தால்
ஒரு
திக்கு வேண்டும்
கும்பிடும் கல்
இலக்காக இருந்தது
கோபுரத்தில் கிளிகள்
இயல்பாயிருந்தன
சிறகுகள் இல்லாமல்
சில நெல் மணிகளுக்கு
ஒரு சீட்டை
எடுத்து ஒரு கிளி
எதற்கோ கட்டியம் கூறியது

கனன்று வரும்
கொல்லன் உலையினின்று
விலங்குகளை
உடைக்கும் கொடுப்பினை
இல்லாக் கோடாலி
கனவுகள் செங்கற்கள்
ஆகும்
நொடிகள்

விதை நெல்லாய்
பசித்திருக்க
வாய்த்திருக்கிறது
எலும்புச் சிறை
இறுக்கவில்லை
ஆனால்
எப்போதும்
சுற்றி வளைக்கிறது.'

19

மனநல மருத்துவர் டாக்டர் சிவராம் க்ளினிக்கில் மிகவும் பொறுமை இழந்தவளாகக் காத்திருந்தாள் மஞ்சுளா. முதல் பேஷன்ட் வர இரண்டு மணி நேரமானது. இரண்டாவது ஆள் வெளியே வந்தால் தான் டாக்டரை சந்திக்க இயலும். அவன் உள்ளே போய் அரை மணி நேரம் ஆகிறது. காத்திருப்போருக்காக அவர்கள் வைத்திருந்த பல பத்திரிகைகள் மருத்துவர் எழுதும் மனநலம் பற்றியவை. ஒரு 'ஃபிலிம் ஃபேரோ' , 'ஃபேஷன் மேகஸைனோ' இல்லை.

ஒரு மணி நேரம் கழித்து ஒரு வழியாக அந்த ஆள் வெளியே வந்ததும் மஞ்சுளா உள்ளே நுழைந்தாள்.

''பேஷன்ட் ராஜேந்திரன் வரலயா மேடம்?''

''எப்படி ஸார் வருவாரு? நான் யூஎஸ்ஏ போயிருந்தப்போ பத்திரமா இருக்கட்டுமேன்னு அவுங்க அம்மா கிட்டே விட்டுட்டுப் போனேன். அவங்க காலமாயிட்டாங்க. சொந்தக் காரங்க இங்கே ஒரு ஹோம்ல அட்மிட் பண்ணியிருந்தாங்க. நீங்க அந்த ஹோம்ல அவுருக்கு செக் அப் கூட பண்ணியிருக்கீங்க.''

''யா. ஐ ரிமெம்பர். ஹீ ஈஸ் எ ரைட்டர். இப்போ எப்பிடி இருக்காரு?''

''ரெண்டு நாளா அவரை அந்த ஹோம்லயிருந்து காணும் டாக்டர்...'' மஞ்சுளா விம்மியபடியே, ''என் ஃபேமிலியிலே இந்த மாதிரி ஒரு மெண்டல் பேஷன்ட் டார்ச்சர் யாருக்கும் இல்லே'' தொடர்ந்து அழுதாள்.

சில நொடி மௌனத்திற்குப் பின் டாக்டர் ''மேடம், அவர் மறுபடி கிடைச்சப்புறம் அந்த ஹோம்ல விடாதீங்க... தே யார் நாட் ஈவன் கிவிங் ஹிம் பென் அண்ட் பேப்பர்...''

''டாக்டர், அவுரு ஏதோ புக்கர் அவார்டு வாங்கின மாதிரி பேசாதீங்க. அவுரு நார்மலே ஆகலயே...''

''மிஸஸ் மஞ்சுளா... நார்மல்ஸின்னு நாம் நினைக்கறது சிலது இருக்கு. ஆனா அந்த யார்ட் ஸ்டிக்கில அடங்காததாலேயே ஒருத்தரை நாம் அப்நார்மல்ன்னு சொல்ல முடியாது. ஹீ ஈஸ் ஒன்லி டிப்ரஸ்ட்... மே பீ க்ரானிகலி டிப்ரஸ்ட்...''

''ஸார்... நான் கேள்விப்பட்ட வரைக்கும் ஷாக் ட்ரீட்மென்ட் கொடுத்தா நார்மல் ஆவாங்களாமே?''

''நோ மேடம். இது ராங் நோஷன். வயலன்ஸ் அண்ட் மிஸ்பிஹேவியர் இருந்தா மட்டும்தான் அதை அட்மினிஸ்டர் பண்ணுவோம். ராஜேந்திரனுக்கு அது தேவைப்படாது. மோர் ஓவர் அது அவுருக்குள்ள இருக்கற க்ரியேட்டிவிட்டியை அழிச்சிடும்.''

''ஐ டோன்ட் கெட் யூ...''

''மேடம், வித் அவுட் க்ரியேட்டிவிட்டி ஹி வில் பி எ வெஜிடபிள். அந்த மாதிரி ஸ்டேட்ல ஒருத்தரால ரொம்ப நாளு உயிர் வாழவும் முடியாது. அவரோட ஒரிஜினாலிடி அண்ட் இண்டிவிஜுவல் கேரக்டரை ரெஸ்டோர் பண்றதுதான் எங்க டியூட்டி. அவர் பெரிய ரைட்டர் இல்லேன்னு நீங்க மென்ஷன் பண்ணினீங்க. இன்ஃபேக்ட் அவரோட ஸ்டேட் ஆஃப் மைண்ட அனலைஸ் பண்றதுக்கு அவரோட போயம்ஸ் ரொம்ப ஹெல்ப் ஃபுல்லா இருந்தது. ஒன் ஆஃப் மை க்ளாஸ்மேட்ஸ் தமிழ் ப்ரொஃபெஸர். அவரு போயம்ஸை படிச்சிட்டு வெரி க்ரியேட்டிவ் அண்ட் மாடர்ன் ரைட்டிங்னு ஃபீல் பண்ணினாரு...''

''அவுரப்போல ஒருத்தரு காணாமப் போனா ஆஸ் அ வொய்ஃப் நான் எந்த அளவு ஆன்க்ஷியஸா இருப்பேன்னு யோசிச்சிப் பாருங்க டாக்டர்.''

''ஐ கேன் அண்டர்ஸ்டேன்ட்.''

●

மதியம் மணி நான்கு. ''அந்தப் பொண்ணு நல்ல பொண்ணு. நெறைய மார்க் வாங்கற பொண்ணு. இது ஃபர்ஸ்ட் டைம்ங்கறதுனால உன்னை வார்னிங்கோட விடறேன். அவங்க அப்பா கிட்டே சொன்னேன் அவுரு போலீஸுல சொல்லி உன் பெண்டை நிமித்திடுவாரு.''

விவேகானந்தனுக்கு ஆத்திரம் அடி வயிற்றில் உஷ்ணமாய்த் திமிறியது. 'அடிப்பாவி... எத்தன லுக் விட்டுருப்ப... சைக்கிள்ள உன் ஃப்ரெண்ட்ஸை விட்டுட்டு எத்தனை நாள் எங்கூட பேசிக்கிட்டே சைக்கிள் ஓட்டியிருக்கே. உங்க வூட்டுல நான் உன்ன கட்டிப்பிடிச்சி முத்தம் கொடுத்தப்போ என் கன்னத்தில அடிச்சிருக்கலாமே. நாந்தானேடி நிறுத்திட்டு நவுந்தேன். அப்பிடியே கவ்வி முத்தம் குடுத்தியேடி...'

''என்னடா... இடிச்சபுளி மாதிரி உக்காந்திருக்கே...'' பிரின்ஸிபால் குரல் உயர்ந்தது. ''உங்க அப்பாவை வரச் சொல்லு. அவரு காரண்டி கொடுத்தா இனிமே நீ ஸ்கூலுக்கு வரலாம்.''

''அப்பா சின்ன வயசிலயே இறந்துட்டாரு. அக்காவ வரச் சொல்லுறேன்.''

''ஏன்? அம்மா வரமாட்டாங்களா?''

''அம்மா... ஹார்ட் பேஷன்ட்... அவங்களால வர இயலாது. அக்காவை வரச் சொல்லுறேன் மேம்...''

''உன்ன மாதிரி இன்னும் ஒரு பையன் இருந்தா போதும். நான் ஹார்ட் பேஷன்ட் ஆயிடுவேன். இன்னொரு முறை இந்த மாதிரி எதாவது நடந்தது... டிஸி கொடுத்திடுவேன். கெட் லாஸ்ட்...''

'பிரின்ஸி ரூமி'லிருந்து வெளியே வந்ததும் தன்னையுமறியாமல் மொபைலை எடுத்துப் பார்த்தான். இதனால்தானே இத்தனை தொல்லையும். சைக்கிள் ஸ்டாண்டை நோக்கி நடக்கும்போது இன்றைக்கு ட்யூஷன் போக வேண்டாம் என்று தோன்றியது. அதே சமயம் வேறு எங்கே போவது என்று தெரியவில்லை.

பள்ளி நுழைவாயிலைக் கடந்து வெளியே போகும்போது ''மச்சி'' என்ற குரல் கேட்டது. கார்த்திக், ரமேஷ், கிருஷ்ணா மூவரும் காத்திருந்தார்கள். இவர்களும் ட்யூஷனுக்குப் போகவில்லை என்பது நிம்மதியாக இருந்தது.

''அடையார் பேக்கரி போகலாம் மச்சான்'' என்றான் ரமேஷ். பாவி ஒரு நாளும் கையிலிருந்த பணத்தை எடுத்து மற்றவர்களுக்காக செலவு பண்ண மாட்டான். ஒருவனுக்கு அடிபட்டால் எல்லோரும் உற்சாகமாகி விடுகிறான்களோ?

அடையார் பேக்கரியில் நான்கு பேரும் ஒன்றாக அமர இடம் கிடைக்க சற்று நேரம் ஆனது. அவர்களது பள்ளி மாணவிகள்

சிலரும் இருந்தார்கள். யாரைப் பார்த்தாலும் அவர்களுக்கு விஷயம் தெரியுமோ என்று உதறலாக இருந்தது.

இடம் கிடைத்து அமர்ந்ததும் ரமேஷ் ''என்ன மச்சான் சாப்பிடறே?'' என்றான். பொதுவாக இப்படி உபசரிப்பெல்லாம் இருக்காது. இருக்கற பணத்தில் என்ன கிடைக்குமோ அதைதான் சாப்பிடுவார்கள்.

''இப்ப என்ன ஆயிடுச்சுன்னு நீ இவ்ளோ அப்செட்டா இருக்கே? பிரின்ஸி அவுங்க ட்யூட்டியை பண்ணிட்டாங்க. உன்னைப் பத்தி போட்டுக் கொடுத்தது அவதான். இப்போ வேற எந்த கேர்ளும் பாயும் எஸ்எம்எஸ் பண்ணிக்கலே? இல்லே அதை நிறுத்ததான் முடியுமா?'' என்றான் கார்த்திக்.

விவேகானந்தன் அடக்க முடியாமல் அழுதுவிட்டான்.

''டேய்... மச்சான். எதுக்குடா அழறே?'' என்றான் கிருஷ்ணா. ''நாம்ப எல்லாம் ஆம்பளடா... அழக் கூடாது...'' என்று ஒரு 'டிஷ்யூ பேப்பரை' எடுத்துக் கொடுத்தான்.

''முதல்ல இந்த எஸ்எம்எஸ் எல்லாத்தையும் படி'' என்று ரமேஷ் தனது மொபலைக் கொடுத்தான்.

''நீதான் எல்லா ஆண்களிலும் ஹாண்ட்ஸம்.''

''மீசை வை. நீ இன்னும் ஸ்மார்ட்டாக இருப்பாய்.''

''வரும் ஞாயிறு வீட்டில் தனியாகதான் இருப்பேன். ஃபோன் செய்துவிட்டு வா.''

விவேகானந்தனால் மேற்கொண்டு படிக்க முடியவில்லை. அதிர்ச்சியுடன் ரமேஷைப் பார்த்தான்.

''என்னடா பாக்கறே... எல்லாம் அவ அனுப்பி வெச்சதுதான். நம்பரை வேணும்ன்னா செக் பண்ணிக்க. அடுத்த முறை அவ எவனையாவது மாட்டிவிடட்டும். இதை அவளோட அப்பன் கிட்டேயே காட்டிடுவேன்.''

●

'விடலை' என்னும் கதையைப் படித்த லதா காலேஜ் ஸ்டூடன்ட்ஸ் யாரையாவது நடிக்க வைக்க வேண்டுமென்று நினைத்தாள்.

'சின்னஞ்சிறுகிளியே' பாட்டைப் பாடுவதற்கு ஒரு பாடகரையும் தேர்ந்தெடுக்க வேண்டும்.

●

'தொப்புள் கொடியில் இழையோடிய
காற்று இறுகி
உருகிக்
கண்ணிகளாகி
உன் வீட்டுக் கதவை
ஊடுருவியது சங்கிலியாய்
விஷம் கூட
கைகொடுக்காமற்
கைவிட்ட பின்
வலிகளின் முன்
நிராயுதபாணியாயிருந்த
உன்னை எளிதாய்
பிணைத்த
மலர்ச்சரத்துள்
மறைந்திருக்கும்
நூலின்
வலிமையை நீ
எப்போதும்
குறைத்தே
மதிப்பிட்டாய்
கத்தியை
அணிந்திருப்பதும்
உருவுவதும்
சுழற்றுவதும்
தவறென்ற
போதனைகளின்
சூட்சமத்தை நீ அறியவில்லை
தூக்குக் கயிறு
மட்டுமே அஞ்சப்படும்
என்றும்
உனக்கு போதிக்கப்பட்டது.'

20

ராஜேந்திரன் மறுபடியும் காணாமற் போய்விட்டான். அவன் அடைக்கப்பட்டிருந்த காப்பகத்தில் ஏதோ கவனக் குறைவு. இதைக் கேள்விப்பட்ட காரணமோ என்னவோ குறித்த நேரத்தில் அன்றைய முக்கியமான வேலைகள் முடிக்க முடியாமல் தள்ளிப் போயின. இது அவள் இயல்பே இல்லை. இன்னொருவரின் செயலோ செயலின்மையோ தன்னுள் எதிரொலிப்பதை அவள் அனுமதிப்பதே இல்லை.

மதியத்துக்குப் பின் எல்லா வேலைகளையும் ரத்து செய்யச் சொன்னபோது உதவியாளர் ''உடம்பு சரியில்லையா?'' என்ற போது மட்டும் இயல்பாக அவளை முறைக்க இயன்றது.

''போன எபிஸோடுக்கு புக் செஞ்ச மாதிரி ஒரு விடலைப் பையன் தான் இந்த எபிஸோடுக்கும் வேணும். 'ஆறுமோ ஆவல் ஆறுமு கனை நேரில் காணாமல்...' இதை பாடறத்துக்கு ஒருத்தரை ஃபிக்ஸ் பண்ணு.''

''யெஸ் மேடம்.''

''ஸ்டோரி டிஸ்கஷன் ஓவரா? ஸ்கிரிப்ட் ரெடியா?''

''ஸாரி மேடம்.''

''டோன்ட் இர்ரிடேட். கதை பேரு என்ன?''

''தூண்டுகோல்.''

''அதாவது ஞாபகம் இருக்கே. ஒன் வீக்ல ஸ்கிரிப்ட் ரெடின்னு எனக்கு ஃபீட் பேக் வேணும்.''

''ஷ்யூர் மேடம்.''

•

மாலை மணி ஐந்து. மஞ்சள் வெயில் கரட்டு மலையின் நிழலை நீளச் செய்ய, பள்ளியின் வாசலில் அதன் மூன்று மாடிகளுடன் போட்டியிடும் உயரமான அசோக மரங்கள் அடக்கமாய் அசைந்து கொண்டிருந்தன. நீண்ட நிழலில் சுதந்திர தின வெள்ளிவிழாவுக் காகப் பதிக்கப்பட்ட ஒரு கிரானைட் கல்வெட்டும், மூன்று சிங்கங் களையும் அசோக சக்கரத்தையும் கொண்ட கம்பமும் அதன் பின்னுமாய் ஒரு வரலாற்று நினைவிடத்தைப் போன்ற சாயலைக் காட்டின.

சூரியனோடு சேர்ந்து இறங்க மறுத்து வெப்பம் இன்னும் உச்சத்திலேயே இருந்தது. மாணவிகள் அனைவரும் போய் விட்டிருந்தனர். சில பையன்கள் உற்சாகமும் கூச்சலுமாய் கால் பந்து ஆடிக் கொண்டிருந்தனர். நடந்து வரும் தன் நண்பனின் முதுகுச் சுமையை சைக்கிளின் பின் இருக்கையில் வைத்து, அவன் தோளில் கை போட்டு, இடது கையால் சைக்கிளைக் கட்டுப் படுத்தியபடி புன்னகை முகமாய் அரும்பு மீசையுடன் ஒருவன் பேச்சில் தன்னை மறந்தபடி உற்சாகமாய் நகர்ந்து கொண்டிருந்தான்.

விளையாட்டுத் திடலில் வெள்ளை பெயின்ட் பூசப்பட்டு இரும்புக் கொடி மரம் வருடம் இரண்டு முறை ஏறும் கொடிக்காகக் காத்திருந்தது. கீழே அதன் பீடம் வட்ட வடிவமான நான்கு படிகளாயிருந்தது. மூன்றாவது படி மீது கருப்பைய்யாவின் புத்தகப் பை இருந்தது. கருப்பைய்யா நான்காவது படியில் அமர்ந்து பஷீர் ஸாருக்காகக் காத்திருந்தான்.

சில ஆடுகள் கால் பந்தின் சுறுசுறுப்பால் பாதிக்கப்படாமல் மைதான விளிம்பில் காய்ந்த நிலத்தில் ஏதேனும் பசுமையான பதார்த்தம் கிடைக்குமா என்று தேடிக் கொண்டிருந்தன. விஞ்ஞான, பொருளாதார வளர்ச்சியைப் பற்றிப் பல ஆயிரம் அடி உயரத்தில் இருந்து ஒரு விமானம் விட்டு விட்டு கர்ஜித்து அந்த கிராமத்துக்குச் சொல்லியது.

கருப்பைய்யா நீஜ அ என்றும் மேலும் கீழே கீணிதஞ்ட மீணிஞுனு என்றும் எழுதிய 'ஸ்டிக்கர்' ஒட்டிய மர வண்ண அட்டையிட்ட நோட்டுப் புத்தகம் கருப்பைய்யாவின் மடியில் இருந்தது.

கருப்பைய்யா நோட்டுப் புத்தகத்தைப் பிரித்தான். மத்தியில் கூராய் முக்கோணமாய் மடிக்கப்பட்ட பக்கத்திலிருந்து ஆரம்பித்துப்

பக்கங்களைப் புரட்டியபடி வந்தான். அவன் தேடிய பக்கம் கிடைத்துவிட்டது.

'<u>உளி படாத சிற்பம்</u>

திருச்சி ரோடில் போகிறவர்
திருஷ்டி படாமல் காக்கிறாய்
என் அழகுப் பள்ளிக் கூடத்தை
உணவு இடைவேளையில் உன் மீது
ஒளிந்து விளையாடிய போது
அம்மா மடியின் அதே உஷ்ணம்
பள்ளிக் கூடத்துக்கு வரும் போது
படுத்திருக்கும் யானையாய்
உன்னைத் தாண்ட
உன் மீது ஏறி இறங்கும்போது
ஆமையின் ஓடாய்
பங்குனி உத்திரம் அன்று காவடியோடு
பக்தர் உன்னை மொய்க்க
ஆமை ஓடு அசையவும் செய்யும்
இரவு விளக்குகள் அணையும்போது
இருட்டின் கறுப்பு நிறத்தில்
உன் அருகாமை மீண்டும் கிடைக்கும்
நீ உளிபடாமலேயே ஒவ்வொரு
வடிவம் காட்டுகிறாயே.'

''நல்லா வந்திருக்கு தம்பீ...'' பஷீர் ஸாரின் குரல் கேட்டது. பதறி அடித்து எழுந்தான்.

''எதுக்கு தம்பி பதறி அடிச்சு எந்திரிக்கறே? மாதா, பிதா, குரு, தெய்வம்னு யுக யுகமா மனசுல பதிய வெச்சுட்டானுங்க. இந்த கட்டடத்தில ஜாதி வெறி பிடிச்ச ஓநாயிங்க உலாவுது. அன்னிக்கி உன்னோட ஆன்ஸர் பேப்பர்ல எங்கே எங்கே வேணும்னே குறைச்சிருக்கானுங்கன்னு காமிச்சேன்ல? இதே ஆன்ஸர் எளுதின அவுனுக சாதிப் பசங்களுக்கு அள்ளி அள்ளிப் போட்டிருக் கானுங்க.''

''கவிதை நெசமாவே நல்லா வந்திருக்கா ஸார்?''

''நெசமாதான் சொல்றேன். இதே கருத்தை இன்னும் கொஞ்சம் வார்த்தை சிக்கனத்தோட சொல்லலாம்.

'உன் மீது நகர்ந்து உன்னைக் கடக்கையில் நீ

ஆமை ஓடு - அது
பங்குனி உத்திரம் அன்று மொய்க்கும்
பக்தர் நகர்வில் அசைப்பு காட்டும்'

'இரவு கறுமையை வெளிச்சம் விட்டுக்
கொடுக்க நீ மீண்டும் என் அருகில்' அப்பிடின்னு முடிச்சிடு.
கடைசி ரெண்டு வரிக்கான வேலையை தலைப்பே செய்துடும்.''

அந்நாட்களில் ஒரு பக்கம் கணக்குப் பாடம் சொல்லித் தந்தார். மறுபக்கம் சிறுவர் பத்திரிகைக்கு அவனது கவிதையை அனுப்ப அது பிரசுரமானது. ''நீங்க எனக்கு கண் கண்ட தெய்வம் ஸார்...'' என்றான் கண்கலங்கி.

''மறுபடியும் என்னை கடவுளாக்கற பாரு. இஸ்லாத்தில மனிதனுக்கும், உருவங்களுக்கும் வழிபாடு கிடையாது. இறைவன் ஒருவன் மட்டுமே வணங்கப்படணும். 'அல்லாஹு அக்பர்'ங்கறதுக்கு அதுதான் அர்த்தம். உன் குடும்பத்தில எந்த முறையில கும்பிடறாங்களோ அந்தக் கடவுளுகிட்டே வலிமைய வேண்டு. அம்பேத்கர் வழியிலே போவணுமின்னா வலிமையும் போராடற குணமும் வேணும். இரண்டையுமே நீ வளத்துக்கணும்.''

''மற்றும் மேடையை அலங்கரிக்கும் கவிஞர் கருப்பையா அவர்களே...'' ஒரு ஆடம்பரமான குரல் அவன் நினைவலையை நிறுத்தியது. தன்னையும் அழைத்ததன் மூலம் இந்த விழாவுக்கு நல்ல அங்கீகாரம் கிடைக்கும் என நம்பியிருக்கிறார்கள். கருப்பையா எழுந்து தன் உரையைத் தொடங்கினான்.

●

'அபகரிக்கப்பட்டவை
அர்ப்பணிக்கப்பட்டவை
என்னும் பேதமில்லை
உன்
அருங்காட்சியகத்தில்
வியர்வை மூலம்
கண்ணீர் வழி
தேடாது
வரலாற்றின் மீள்வாசிப்பு
இல்லை
அன்னியம் சொந்தம்
இரு புள்ளிகள்

இடைப்பட்ட
பயணங்கள்
தடயங்களை
விட்டுச் செல்லவில்லை
கடந்து சென்ற மேகம்
மழையாய் வீழும்போது
ஒளியவும்
எதிர்காலம் நீர்வீழ்ச்சியாய்
இறங்கும்போது
ஏற்கவும்
நீ அறிவாய்.'

21

‘‘வணக்கம்’’ என்று வந்த இளைஞனை வரவேற்றார் ஆறுமுகம்.

‘‘இதுக்கு முன்னாடி உங்களை பாத்ததில்லயே தம்பி.’’

‘‘சுத்தி வளைக்காம சொல்லிடறேன் ஸார். கொஞ்ச நாள் முன்னாடி நீங்க டிவியில குடும்பத்தோட ஒரு க்விஸ் காம்பெடிஷன் ஜெயிச்சீங்களே நினைவிருக்கா?’’

‘‘கண்டிப்பா. நேத்திக்கிதானே டெலிகாஸ்ட் ஆச்சு.’’

‘‘அதே சானலிலே ஒரு ஸீரியலுக்கு ஒரே எபிஸோட் மட்டும் உங்க குடும்பமே நடிக்கப் போறீங்க.’’

‘‘எங்களுக்கு ஆக்டிங் வருமான்னு தெரியலயே...’’

‘‘அதெல்லாம் டைரக்டர் பாத்துக்குவாரு. உங்களுக்கு சம்மதமா?’’

‘‘இதை நான் டிஸைட் பண்ண முடியாது தம்பி. என் சம்சாரம் வேறே வெளியிலே போயிருக்கு.’’

‘‘ஸார், எனக்கு இன்னிக்கி உள்ளே ஃபிக்ஸ் பண்ணச் சொல்லி டார்கெட். இன்னும் ரெண்டு அட்ரஸ் கொடுத்திருக்காங்க...’’

‘‘ஒரு நிமிஷம் இரு தம்பி’’ சற்று தள்ளிச் சென்ற பிறகு தனது மொபைலில் இருந்து யாரோடோ பேசினார். பிறகு ‘‘சம்மதம் தம்பி. எப்போ தொடங்குவாங்க ஷூட்டிங்?’’ என்றார்.

‘‘‘ரத்த உறவு’ங்கற இந்தக் கதையை படிங்க. பிறகு ஃபோன் போட்டு வரச் சொல்லுவாங்க.’’

‘‘நம்பவே முடியல தம்பி. ரொம்ப தேங்க்ஸ்.’’

தலையசைத்துவிட்டு சிறியவன் கையில் உள்ள ஒரு சீட்டைப் பார்த்தபடி எழுந்தான்.

‘‘ஏன் தம்பி அடுத்த அட்ரஸை பாக்கறே?’’

‘‘அப்பிடியெல்லாம் இல்லே ஸார். படிச்சுப் பாருங்க...’’

‘கோயில் முன்னே கூடி நின்று

கோடி ஜன்ம பாபம் தீர

குருவாயூரப்பா நமஸ்காரம் செய்கின்றோம்.’

‘‘இது சாமி பாட்டாச்சே தம்பி.’’

‘‘அதை பாடறதுக்கு செலக்ட் ஆனவங்க அட்ரஸ் பின் பக்கம் இருக்கு. அவங்களை தேடிப் போகணும்.’’

ஆறுமுகம் ‘ரத்த உறவு’ கதையைப் படிக்க ஆரம்பித்தார்.

●

மாலை மணி ஆறு.

FTV பார்த்துக் கொண்டிருந்தார் ராமசாமி. (அம்புஜம் அம்மாள் உள்ளே தூங்கிக் கொண்டிருந்தார்.) தொலைக்காட்சியில் நிறைய சேனல்கள் வந்ததில் அவர் சிறுவயது முதல் சொல்லி வரும் ஒரு விஷயம் நிரூபிக்கப் பட்டுவிட்டது. ‘வெள்ளக்காரனுங்க நல்ல ரசனையுள்ளவனுங்க. திங்கறதோ உடுத்தறதோ இல்லை பொம்பளைங்கள ரசிக்கறதோ...’ ஊரில் இதையெல்லாம் நிம்மதியாகப் பார்த்த நாளே கிடையாது. முதல் தொல்லை வாசற் கதவு. எப்போதாவது அடைத்தால்தானே? ஒரே ஒரு கதவு என்று இருந்தால்தானே? நடைக்கதவுகளை அடைப்பது என்பதே கிடையாது. வெளியில் ‘காம்பவுண்ட் கேட்’டுக்கும் தாழ்ப்பாள் மட்டும்தான். பகல் முழுவதும் திண்ணைகளை ஒட்டிய தேக்குக் கதவு திறந்தே கிடக்க பூனைபோல வரும் வேலைக்காரி, அம்புஜம் கண்ணசரும்போது உரிமையாக உள்ளே வந்து காபித் தூள் எடுத்துப் போகும் பக்கத்து வீட்டு அம்மாள். மகனின் சினேகிதப் பயலுவ. எவனுக்காவது கதவைத் தட்டுவோம் அல்லது செருமுவோம்ன்னு மெட்ராஸில சொல்லுவாங்களே ‘மேனர்ஸ்’ன்னு. அது உண்டா? ஊர்க்காட்டில் அழைப்பு மணி வைக்கற பழக்கமே கிடையாது. ஒரு முறை ரயில் நேரம்தப்பி வர முன்கதவை இடி இடி என்று இடித்ததுதான் மிச்சம்.

திண்ணையிலேயே தூங்கினார். காலையில் கோலம் போட வந்த அம்புஜம் சிரித்தாளே ஒழிய வருத்தத்தைக் காணோம்.

FTVல் பெண்கள் இப்போது உள்ளாடைகளுடன் வலம் வந்தார்கள். எத்தனை விதங்கள். எத்தனை ரகங்கள். எப்படிதான் தோலை இவ்வளவு வெள்ளையாகக் கொடுத்தான் கடவுள்? இடுப்போ இல்லை வேறு இடமோ எத்தனை அழகாக இருக்கிறாளுகள்?

தொலைபேசி மணி ஒலித்துத் தொலைத்தது. காலை முதலே மருமகளின் தோழிகளும், உறவும், சக ஊழியரும் யாராவது அவளுக்கு சுகப்பிரசவம் ஆகிவிட்டதா என்று விசாரித்துத் தொல்லை கொடுத்துக் கொண்டிருந்தார்கள். சென்னையில் தொலைபேசியை கொஞ்சம் அதிகமாகவே உபயோகிக்கிறார்கள் என்று தோன்றியது. இரண்டு சக்கர வாகனம் ஓட்டியபடி கழுத்தில் சொருகிக் கன்னத்தில் இடுக்கிக்கொண்டு அவனவன் ஃபோன் பேசிக்கொண்டே போகிறான்.

டெலிஃபோன் ரிசீவரைக் கையில் எடுத்தார். ''அப்பா நான் சுந்தரம்தான் பேசறேன்.''

''என்ன குழந்தை? ஆணா? பொண்ணா?''

''பொண்ணுப்பா.''

''எத்தனை மணிக்கி பொறந்ததுன்னு குறிச்சி வெச்சிருக்கியா?''

''இன்னும் பொறக்கலப்பா.''

''அப்பம் எப்பிடி பொண்ணுன்னு தெரிஞ்சது?''

''இப்ப இன்னோரு ஸ்கேன் எடுத்தாங்க.''

''இன்னும் வலி எடுக்கலயா? உங்க அம்மாளை எளுப்பறேன். அவ எதனாச்சும் ஐடியா கொடுப்பா.''

''அதெல்லாம் தேவை இல்லப்பா. 'ஸிஸேரியன்'தான். இன்னும் ரெண்டு மூணு மணி நேரத்தில ஆபரேஷன்.''

''உங்க மாமனார் கிட்டே பணம் இருக்குல்ல?''

''அப்பா... என்னை ஒரு நிமிஷம் பேச விடுறீங்களா?''

''சொல்லு.''

''அவளுக்கு உடம்பு ரொம்ப வீக்கா இருக்கு. ரெண்டு பாட்டில் A1+ ரத்தம் தேவைப்படும். நம்ம ஏரியாவில நாலு அட்ரஸ் தரேன்.

போயி அவங்க கிட்டே விஷயம் சொல்லி யாராவது ஒரு ஆளையாவது கூட்டிக்கிட்டு வாங்க...'' அவன் முகவரியைச் சொல்ல அவர் குறித்துக் கொண்டார்.

சத்தம் கேட்டு அம்புஜம் எழுந்து வந்தார். (முன்னெச்சரிக்கையாக இவர் சேனலை மாற்றி இருந்தார்.) முழு விவரத்தையும் கேட்டவுடன் ''ஏன் இவனோட மச்சான் என்ன பண்ணறான்? போயிப் போயி நிக்காதேன்னா கேட்டாதானே? ஏதோ இவுனுக்கே இடுப்பு வலி எடுத்த மாதிரி இல்ல அலை பாயுறான். ஏற்கெனவே இவ சரியா திங்க மாட்டா. உடம்பு பெருத்துடுமாம். இப்போ ரத்தத்துக்கு செத்து ஒரு சீக்குப் பிள்ளய பெக்கப் போறா. அதுவும் பொட்டைப் புள்ளயா...''

''அதையெல்லாம் விடுடீ. இப்போ இங்கின ரெண்டு மூணு அட்ரஸ் கொடுத்திருக்கான். ரத்தம் குடுக்கறவங்க ஒருத்தரையா வது கூட்டிக்கிட்டு இப்போ நான் போவணும்.''

''முதல்ல ஒரு காப்பித் தண்ணிய கலந்து கொண்டாரேன்'' என்று சமையலறைக்குள் மறைந்தாள் அம்புஜம்.

''என் தம்பி மவன் சூர்யாவுக்கு ஃபோன் போடுங்க. அவன் டாக்டர். 'டக்'குனு முடிச்சிடுவான்.'' செய்தார். ''அவன் 'ட்யூட்டி'யில் இல்லை உறங்குகிறான்'' என்று அவன் மனைவி பதில் சொன்னாள். இன்னும் ஓரிரு உறவுக்காரர்களுக்கு ஃபோன் செய்தார். யாரும் முன் வரவில்லை. இப்போது சுந்தரம் ஃபோன் செய்தால் என்ன பதில் சொல்லுவது?

''நாம இப்போ நேரா ஆஸ்பத்திரிக்கி போயி சம்பந்தியம்மா, மச்சினன் எல்லாரும் என்னதாம் பண்ணுறாங்கன்னு பாப்போம். இவன் தலையில எல்லாத்தையும் எறக்கி வெச்சிட்டாங்க. இவனும் ஆடிக்கிட்டிருக்கான்.''

நினைவாக ஏற்கெனவே பிறந்த பேரன் பேத்திகளின் பழைய துணிகளை எடுத்துக்கொண்டார். மெட்ராஸ் சம்பந்தியம்மா புதுத் துணியாகப் போட்டு சம்பிரதாயத்தைக் கெடுத்துத் தொலைத்தாலும் தொலைப்பா.

ஆட்டோவில் ஏறும் முன் ராமசாமி ''ஏம்மா? எதுக்கும் அவன் குடுத்த ஒரு அட்ரஸுக்காவது போவலாமா? தப்பா நெனக்கப் போறான்'' என்றார்.

''இந்த பட்டணத்துல நாம என்னத்தக் கண்டோம்? நேரா ஆஸ்பத்திரிக்கி வண்டியை விடச் சொல்லுங்க. எதனாச்சும் வளி பொறக்கும்.''

ஆஸ்பத்திரி வாசலில் சுந்தரம் தென் பட்டான். ''அப்பா நீங்க யாரையும் கூட்டிக்கிட்டு வரலயே ப்ளட் டொனேஷனுக்கு?'' ''இல்லப்பா.''

''நல்லதா போச்சு.'' ஆட்டோ டிரைவரை வெயிட்டிங்கில் இருக்கச் சொல்லிவிட்டு அவர்களுடன் ஆஸ்பத்திரியில் நுழைந்தான்.

''கதிரேசன் ஸார், இதுதான் எங்க அப்பா அம்மா'' என்று ஒரு இளைஞனிடம் அறிமுகம் செய்தான். எழுந்து கை கூப்பிய அந்த இளைஞன் கறுப்பாக இருந்தான். எந்த சாதியோ... ''அப்பா, நான் இவரை ஆட்டோவுல ஏத்தி விட்டுட்டு வரேன்.''

ராமசாமி திரும்பி வந்த சுந்தரத்திடம் ''ரெண்டு மூணு பாட்டிலாவது வேணும்ன்னியே?''

''என்னோட ரத்தத்தை வேற யாருக்காவது யூஸ் பண்ற மாதிரி என் கிட்டே ஒரு பாட்டில் எடுத்தாங்க. மச்சானும் கொடுத்தான். ராபர்ட்னு ஒருத்தர் மாலா க்ரூப் ரத்தம் கொடுத்தாரு.''

''எங்கே அவரு?'' ''தன்னோட வண்டியிலேயே கிளம்பிப் போயிட்டாரு.''

●

தொடர்ந்து கதையைப் படிக்கும் முன் ''அம்மா இதை படிச்சி முடிச்சிட்டியா? டிவியில நாம எப்பம்மா வருவோம்?'' என்றது குழந்தை. அவளுக்கு பதில் சொல்லும் முன் வாயில் அழைப்பு மணி அடித்தது. கதவைத் திறந்தால் ஒரு கூரியர் தபால். பிரித்தாள். மாமனார் பெயருக்கு சாதி சங்க அழைப்பிதழ்.

●

'கூரை தேவைப்படா
உயிரினங்களின் வேட்டை
மாறாத
விதிகளுக்குட் பட்டது
பசியும் வேட்டையும்
வார்த்தெடுத்த

கருவிகளில்
சிலவற்றை ஆயுதம் என்றாய்
அசலை நகலிடமிருந்து
பிரிக்கும்
மாயக் கோடு
வரைந்த தூரிகை
உன் கருவிகளுள் இல்லை
ஒப்பனைத் தூரிகைகள்
தேச வரைபடங்களை
சிலுவையின் ஆணிகள்
வரலாறை எழுதின
உன்னைச் சுமக்கும்
ஒட்டகங்கள்
தயக்கமின்றி பாலைவனச்
சோலை நீங்கி பயணிக்கும்
சவுக்குச் சொடுக்கில்.'

22

மாலை மணி ஏழு.

'லாட்ஜி'ன் தனிமை தற்போதைய மனநிலையில் சற்று கூடுதலாகவே வாட்டுவதாகத் தோன்றியது.

இதுவரை கம்பெனி 'கெஸ்ட் ஹவுஸி'ல்தான் தங்கியிருக்கிறான். சென்னையிலிருந்து அவன் கிளம்பும்போது எப்போதும் 'கெஸ்ட் ஹவுஸ்' 'சூட் நம்பர்' எதுவென்னும் 'மெயில்' தானே வந்துவிடும். ஆனால் இந்த முறை சொந்த செலவில் டெல்லி வந்து 'கரோல் பாக்'கில் தங்கவேண்டிய நிலை.

காலையிலிருந்து கண்ணாமூச்சி விளையாடுகிறான் விஷால். 'எஸ்எம்எஸ்'ஸுக்கு பதிலில்லை. மெயிலுக்கும் அதே கதி. விஷாலை சந்திக்காமல் விட்டிருக்கலாம். சொந்த செலவுதான். வேறு வழியில்லையென்றால் இப்போது கூட கிளம்பிவிடலாம். தொழில் முறைக் கட்டாயம் இது என்னும் எண்ணம் மேலோங்கி நின்றது. இன்றைய தினம் எப்படி முடியும் என்பது தெரியாது. மாறாக இந்த முனைப்பை விட்டுவிட்டால் அதன் பின்விளை வாக காலம் கடக்கும் முன் செயற்படாமற் போன கையாலாகாத தன்மை கொக்கியாய் குத்தி இழுத்துக் குழியில் தள்ளிவிடும்.

எட்டு மணிக்கு விஷால் 'நான் கரோல் பாக் வந்துவிட்டேன்' என்றான். தான் இருக்கும் விடுதியையும் அறை எண்ணையும் சொன்னான் பாண்டியன்.

அறைக்குள் வந்ததும் விஷால் கையைக் குலுக்கி ''கைஸே ஹோ? படியா?'' எனத் துவங்கினான்.

"நாம் ஆங்கிலத்திலேயே பேசுவோம்." (உன் பாஷையில் நான் பேசி ஒட்டுறவாடிய காலம் மலை ஏறி விட்டது.)

"பாண்டியன், இன்றைய நிலவரத்துக்கு நீ மட்டும்தான் பொறுப்பு" எந்தத் தயக்கமுமின்றி ஆங்கிலத்துக்கு மாறினான் விஷால்.

"விஷால், பொறுப்பு என்றவுடன் நினைவுக்கு வருகிறது. என்னிடமிருந்து நீ டேட்டாபேஸ் அட்மினிஸ்ட்ரேட்டர் பொறுப்பை இந்த ப்ராஜக்ட் துவக்கத்திலேயே எடுத்துக்கொண்டு விட்டாய்."

"இது எளிமையாக ஸிஸ்டத்திலேயே இருக்கிறது. இதில் குறிப்பிடுவதற்கு என்ன இருக்கிறது?"

"பார் விஷால்... சுற்றி வளைக்காதே. கஸ்டமர் எந்த தைரியத்தில் ஒரே ஒரு வருடம் முடிந்த பின் ஏஎம்ஸி வேண்டாம் என்கிறான் என்பதற்கு நான்தான் காரணம் என்கிற மாதிரி நீ ஒரு பொய்யை கட்டமைத்திருக்கிறாய்."

"நோ பாண்டியன்... ப்ராஜக்ட் தொடங்கும்போது நீ என்னிடம் 'மேக் ஓவர்' செய்யும் ஸ்டேஜில் நாம் இருவருமே பொறுப்பாக இருந்தோம். நான் தனியாக வேலை செய்யத் துவங்கும்போது என்னுடைய பொறுப்பில் யார் யாருக்கு அக்ஸஸ் தேவையோ அவர்களுக்கு புது பாஸ்வர்ட் கொடுத்து மீதி பேரை கழற்றி விட்டேன்."

"பிறகு என் பெயர் எங்கேயிருந்து இதில் வந்தது?"

"கஸ்டமர் ஏஎம்ஸி வேண்டாம் என்றால் நம்முடன் வேலை பார்த்தவன் யாரோ 'கோட்' தெரிந்தவனாக இருக்க வேண்டும். அல்லது மற்றவர் பாஸ்வர்ட் வழியாக உள்ளே வந்திருக்க வேண்டும்"

"அப்படியே இருக்கட்டும். எனக்கு என்ன சம்பந்தம் என்பதுதான் பிரச்சனை."

"பாண்டியன், நிர்வாகம் இன்னும் உன்மீது சந்தேகத்தில் இருக்கிறது. என் மேல் அல்ல. உன் நண்பன் என்பதால் உன்னை நேரில் பார்த்து பேச விரும்பினேன்."

"அவர்கள் கவனத்தை என் மீது திருப்பிவிட்டு நட்பு என்று புதிதாக ஏதோ பேசுகிறாய் விஷால். என்னுடைய நாட்கள் எண்ணப் படுகின்றன என்கிறாயா?"

"ஸாரி பாண்டியா... நீ என் மீது அனாவசியமாக சந்தேகப் படுகிறாய். நிர்வாகத்துக்கு இதுவரையில் நம் இருவர் மீதுமே ஒரே மாதிரிதான் நம்பிக்கை இருந்தது. இப்போது உன் மீது சந்தேகம் வந்திருப்பதற்கு நான் எப்படி பொறுப்பு?"

"சரி நான் காரணமாயிருக்க இயலாது என்று நீ நிறுவ முயலவே யில்லையே?"

"இது உன் அவசர முடிவு. நான் முயலவேயில்லை என்று எப்படி முடிவு கட்டினாய்?"

"சரி, இப்போது உண்மையான நிலவரம் என்ன என்பதையாவது வெளிப்படையாகச் சொல் விஷால்."

"உன்னை நிறுவனம் இப்போது ஏன் இழக்க இயலாது என்பது உனக்கு நன்றாகவே தெரியும் பாண்டியன்... ஆனால் இந்த ப்ராஜக்ட்டுக்குப் பிறகு உன் தேவை இருக்காது."

"ஏற்கெனவே டிபிஏவுடன் சேர்த்து ப்ராஜக்ட் லீடர் என்று இரண்டு வேலை பார்க்க நீ முன் வந்தால் கட்டாயம் என் தேவை இருக்காது."

"நான் டெல்லியில் இருப்பதால் தலைமையின் எல்லா முடிவு களுக்கும் என்னை பொறுப்பாக்க முயலாதே பாண்டியன். ஐடி இண்டஸ்ட்ரியில் எதுவுமே நிலையில்லை என்பதை ஸீனியரான உனக்கு நான் எடுத்துச் சொல்ல வேண்டியதில்லை."

"ஓகே விஷால். இதை நானாக நிறுவனத்திடம் எடுத்துச் செல்ல விரும்பவில்லை. ஒன்று அவர்களாக என்னிடம் ஆரம்பிக்கட்டும். அல்லது நான் உரிய நேரத்தில் எடுத்துப் பேசுகிறேன்."

"பாண்டியன், டெல்லி நிர்வாகம் பற்றிய ஒரு தெளிவான கண்ணோட்டம் உன்னிடம் இல்லை. இப்போது நிர்வாகத் தலைமையில் நிறையவே மாற்றங்கள். இதை நீ கவனித்தால் என்னைப் பற்றிய சந்தேகம் தீரும்."

"ஓகே விஷால்... உன்னை புண்படுத்தி இருந்தால் வருந்துகிறேன்" என்றதும் பேச்சு திசை மாறியது. அன்றிரவே சென்னை திரும்பினான்.

மூன்று மாதம் கழித்து பாண்டியன் ஏற்கெனவே நிறுவனத்துக்கு அனுப்பிய மெயிலின் பிரதி விஷாலுக்குக் கிடைத்தது. அனுப்பியது பாண்டியனேதான்.

'அன்பு நிறுவனத்தாருக்கு, இத்தனை நாள் நான் வேலையில் இருக்க இயன்றதற்கு நன்றி. நான் தற்போது வரை உபயோகித்த பாஸ்வர்ட் மற்றும் இந்த ப்ராஜக்ட்டின் முடிவில் கட்டமைத்த ப்ரோக்ராம் கோட் அனைத்தையும் ஒப்படைத்துவிட்டேன்.

ஒரு டிபிஏ எப்படிப் பணிபுரிய வேண்டும் என எனக்குப் பட்டதோ அவை அனைத்தையும் ஒரு டெக்ஸ்ட் ஃபைலில் இணைத்துள்ளேன். தற்போதைய டிபிஏவுக்கு இது பயன்படலாம். எனது செயற்பாட்டைக் காலம் கடந்தேனும் நீங்கள் சரிபார்த்தால் அது நிறுவனத்துக்கு நல்லது.

அடுத்ததாக ப்ராஜக்ட் லீடர் என்னும் பணியில் நான் காட்டும் ஜாக்கிரதை பற்றிய ஒரு குறிப்பு. இந்த ப்ராஜக்ட் முக்கிய கட்டத்தைத் தாண்டி ப்ரொடக்ஷனுக்குத் தயார் என்று நம் கஸ்டமருக்கு சொல்லும் முன்னே நான் என் உதவியாளர் அனைவரது பாஸ்வர்டை மாற்றி, அனைவரையும் நமது சர்வரில் மட்டுமே கடைசி ஒரு மாதமாகப் பணியாற்ற வைத்தேன். இந்த ப்ராஜக்ட் சம்பந்தமான எந்த விதமான கோட் அல்லது 'எர்ரர் டேபிள் ஸல்யூஷன்ஸ்' வெளியாக இந்த நிமிடம் வரை வாய்ப்பில்லை. ஆனால் எனக்குப் பின்னால் வருபவர் என் பெயரைக் களங்கப்படுத்தாமல் தடுப்பதற்காக இதை நினைவுபடுத்துகிறேன்.'

விஷால் அந்த மெயிலை வாசித்த இரண்டே நாட்களில் அவன் பணிகள் இன்னும் ஒரு மாதத்திற்குப் பிறகு தேவையில்லை என்னும் மெயில் நிறுவனத்திடமிருந்து அவனுக்கு வந்தது.

விஷால் உடனே பாண்டியனின் எண்ணைத் தொடர்பு கொண்டான். அது உபயோகத்திலில்லை. அவன் அனுப்பிய மெயிலுக்கும் பாண்டியனிடமிருந்து பதிலில்லை.

●

'மீன் கொத்தி விரைகிறது
பெருகும் வேகமாய்
மீனும்
பகலுக்கு ஈடுகொடுக்கும்
பாய்ச்சலில்
இரவை எது லாகவமாய்க்
கொத்திப் போனதென

மீள் நினைவில்லை
விடிந்து எழுந்தபோது
சில பட்டாம் பூச்சி
சிறகுகள்
தலையணையிலிருந்து உதிர்ந்தன
துளிர்த்துக் கள் நிரம்பும்
பானைகள் வார்த்த
சக்கர சுழற்சி
நிற்காமல்
தென்னையின் மேலே
வாடிச் சருகாகி
கீழே பசுமையாய்
ஒரு கொடி
மங்கும் மாலையில்
தூரத்தே ஒரு
மர மையத்தில்
மரமேறி
ஏறுகிறானா
இறங்குகிறானா...'

23

ஆகஸ்ட் 14. இரவு மணி எட்டு. பெரிய ஜமக்காளம் விரிக்கப்பட்ட அந்த வீட்டு மொட்டை மாடியில் கிட்டத்தட்ட இருபது பேர் அமர்ந்திருந்தார்கள். மொட்டை மாடிக் கதவுக்குப் பின் இருந்த 'ப்ளக் பாயிண்ட்'டிலிருந்து வந்த ஒயரின் முனையில் ஒரு நூறு வாட்ஸ் பல்பு சிறு சணலால் நிலையின் மீது அடிக்கப்பட்ட ஆணியில் ஒயர் சுற்றப்பட்டுத் தொங்கிக் கொண்டிருந்தது. ஈசல்களும் கறுப்பு நிற சின்னஞ்சிறு பூச்சிகளும் அந்த பல்பை மொய்த்து சிலரின் சட்டை மற்றும் தலை மீது விழுந்து அவர்களது அசைவின்மையைத் தற்காலிகமாய்க் கலைத்தன.

கணேசன் எழுந்து பேச ஆரம்பித்தார்... ''எல்லாருக்கும் என்னோட வணக்கம். நம் மாவட்டத்தில இருக்கற எல்லா எழுத்தாளர் களையும் இந்த வித்தியாசமான இலக்கிய அமர்வுக்கு நான் அழைச்சப்போ கிட்டத்தட்ட எல்லாருமே என்னை உற்சாகப் படுத்தினாங்க. நான் போஸ்ட் கார்டுல குறிப்பிட்டிருந்த மாதிரி இரண்டு இளம் படைப்பாளிங்க தங்களுடைய சில கருத்துகளை விவாதத்துக்கு வைக்கறாங்க. ஒரு எளிய இரவு உணவும் விவாதமுமா இந்த இரவுப் பொழுதை நாம் இலக்கியவாதிகளின் சந்திப்பா கழிப்போம். முதலில் ராஜமாணிக்கம் 'வாசிப்பும் படைப்பும்' என்கிற தலைப்பில் தன் கருத்துகளை முன் வைத்து விவாதத்தைத் தொடங்குகிறார். அவர் நல்ல விமர்சகர் என்கிறது நாம் எல்லாருமே அறிந்த விஷயம்.''

ராஜமாணிக்கத்துக்கு ஒரு நிமிடம் உதறல் எடுத்தது. முதலில் குணசேகரனைப் பேச வைப்பார் என நம்பியிருந்தான். ''டேய்... குணா முதல்லே நீ பேசேன். கொஞ்சம் பயமா இருக்குடா'' என்று

அவன் காதில் கிசுகிசுத்தான். "ஃப்ரீயா பேசிட்டு வா. பயப்படாதே…" என்றான் குணா. ஒரு காலை நகர்த்தி சம்மண மிட்டிருந்தவர்கள் வழி விட்டார்கள்.

"என்னை விட குணா தவிர்த்து நீங்க எல்லாருமே மூத்த படைப்பாளிகள். அதனால கொஞ்சம் பயத்தோடதான் என் சிறு கட்டுரையை வாசிக்கிறேன். உங்க எல்லாருக்கும் என் தாழ்மை யான வணக்கம்."

"எதுக்கு படைப்பாளி தாழ்மையா வணங்கணும்? தைரியமாய் படிங்க தம்பி…" ஒரு குரல் மத்தியிலிருந்து வந்தது. விரல்களின் நடுக்கத்தைக் கட்டுப்படுத்திக்கொண்டு ராஜமாணிக்கம் படிக்க ஆரம்பித்தான்.

'இலக்கியம் என்பது இதுதான் என்று வரையறுத்துச் சொல்ல இயலாது. வியாபார நோக்கமோ, விரசமோ, தூற்றும் உள் நோக்கமோ இல்லாத இலக்கியங்களைப் பிரித்து இனங்கண்டு அடையாளப்படுத்தலாம்.

மொழியைப் பேணுவதாகவும், மொழியின் தேய்மானத்தை சிதைக்கப்பட்ட அதன் கூர்மையை அழகை சரி செய்வதாகவும், அதன் புதிய சாத்தியங்களை வெளிப்படுத்துவதாகவும் ஒரு படைப்பின் உருவம் அமைகிறது. அதன் உள்ளடக்கம் மொழியும் மரபும் மதமும் வாழ்க்கை முறையும் பழக்கப்படுத்தியுள்ள தடங்களைத் தாண்டி ஒரு வாசிப்பின் மூலம் வாசகனுடன் அவன் விரையுமளவு விரியும் ஒரு வெளியில் அவனை இட்டுச் செல்கிறது.

இந்த உருவமும் உள்ளடக்கமும் வாசிப்பை அதாவது வாசகனை மட்டுமே மையமாகக் கொண்டு அமைபவை.

வாசகனை அறிவு ஜீவி, அற்ப ஜீவி என இரு வகையாக அடையாளம் கண்டு வியாபாரரீதியில்லாத படைப்புகள் வெளி வருகின்றன. வாசிப்பு அனுபவத்தை புறந்தள்ளும் கலைக் கட்டுமானங்களும், ஒரு முனை சஞ்சரிப்புகளும், தத்துவ விசார வாக்குமூலங்களும் பல சந்தர்ப்பங்களில் வாசகனை விசிறி அடித்து விடுகின்றன.

இதனால் உடனடியாக நிகழ்வது விடுதலை பெற்று எந்த வெளியையும் நோக்கி நகராமல் வாசகன் வாசிப்பிலிருந்து வெளியே வந்துவிடுகிறான். ஒரு படைப்பாளியே பல சமயம் சக படைப்பாளியின் கலையை, அவன் உழைத்து உருவாக்கிய கட்டுமானத்தை, முக்குளித்து அவன் கண்டெடுத்த முத்துக்களை இனங்கண்டு நல்லதொரு விமர்சனத்தை முன் வைக்க முடியாமற் போய்விடுகிறது. ஒரு போக்குக் காட்டி ஒரு புதைமணலில்

வாசகனை சிக்க வைக்கும் படைப்புகள் சிலவும் இருண்மையாய் சிலவும் வெளிவருகின்றன. ஒரு கானல் நீர் கசப்பை அல்லது அது தரும் அயர்ச்சியை, தற்போது வெளிவரும் கவிதைகளில், கதைகளில் ஒரு சில கட்டுரைகளில் காண்கிறேன்.' ஒரு வழியாக உரையை முடித்த நிறைவுடன் உள்ளே புகுந்து யாரையும் சிரமப் படுத்தாமலிருக்க எண்ணி கதவருகே அமர்ந்தான். ஓரிரு பூச்சிகள் காத்திருந்ததுபோல அவன் சட்டை 'காலர்' வழியே உள்ளே புக, தட்டிவிட்டான்.

கணேசன் தாம் அமர்ந்திருந்த இடத்திலேயே எழுந்து நின்று ''உட்கார்ந்தபடியே ஒவ்வொருத்தரா முடிஞ்ச வரை சுருக்கமா விவாதத்தைத் தொடர்ந்து நடத்தித் தரணும்'' என்று அமர்ந்தார். குணாவுக்கு அருகில் இருந்தவர் தொண்டையைச் செருமிக் கொண்டு ''ராஜமாணிக்கம் தன்னுடைய கட்டுரைகளிலேயே தான் எழுப்பிய கேள்விகளை அலசி இருக்கிறாரு. ஆனா அவர் சொன்ன மாதிரி வாசகனை அறிவாளி ஏனையருன்னு பகுத்துப் பாக்கற அளவுக்கெல்லாம் ஒரு படைப்பாளி கவனிக்கறதில்லே. ஒரு பொறியில் ஒரு படைப்பு உருவாகும்போது தானே அது ஒரு சொல்லாடலை உருவாக்கிக்குது. படைப்பாளியோட கவன மெல்லாம் தான் கொடுக்க நெனச்சதுக்கு ஏற்ற மாதிரியான ஒரு மொழி வடிவத்திலதான். கவிதையோ, கூர்மையான சிறுகதையோ, விஸ்தாரமான நாவலோ, அது அவன் தர்ற வாசிப்புக்கான வடிவத்தின் பரிமாணங்களைப் பொருத்தது. உருவம் பல சமயம் உள்ளடக்கத்தை பன்முகமா காட்டக் கூடியது. கலையை எடுத்துக்குவோம். சிற்பமும் ஓவியமும் ஏன் திரும்பத் திரும்ப ரசிக்கப்படுது? அதுல உள்ள கலை. இதே கலையம்சம்தான் மறுவாசிப்பு செய்ய வைக்கற படைப்புகளுக்கான அடையாளம். வாசிப்பு வளப்படணும்கறது வாசகனுக்கும் கடமைதான். வாசிக்க வாசிக்க பலாப்பழமா தென்பட்டது வாழைப்பழமா மாறிடும். கானல் நீரா ஒரு படைப்பு தென்பட காரணம் வணிகமயமான படைப்பை மட்டுமே வாசித்த பழக்கம். ஒரு நல்ல படைப்பு ஜீவ நதி மாதிரி அது கானல் நீரா ஆகவே முடியாது.''

ஒரு பக்கச் சுவரில் சாய்ந்தபடி ஆழ்ந்த குரலில் அடுத்தவர் ஆரம்பித்தார் ''ஒரு படைப்பாளி வாழ்க்கையின் அடிப்படைக் கேள்விகளை சந்திச்சான்னா... அதாவது வறுமை, ஒரு பெண்ணால் நிராகரிக்கப்படுதல் அல்லது சமூகத்தால் குடும்பத்தால் நிராகரிக்கப் படுதல், அவமானப்படுதல், மனச் சமநிலை பாதிக்கப்படுதல்,

மிகப் பெரிய எதாவது ஒரு இழப்பில், அல்லது ஏமாற்றத்தில் நிலைகுலைஞ்சு மனமுடைதல்ன்னு ஏதேனும் ஒன்றை அவன் கடந்து வந்திருக்கணும். அப்பதான் அவன் படைப்புல ஒரு வலி சுமக்கற ஆன்மா வெளிப்படும். அந்தப் படைப்புகளை அவன் தூக்கிப் பிடிக்க வேண்டியதேயில்ல. அது காட்டுத்தீ மாதிரி கண்ணுக்கு தூரத்திலிருந்தே தென்பட்டுடும்.''

கணேசன் தன் தரப்பிலிருந்து ''ஐயா குறிப்பிட்ட மாதிரி இந்த வலி, நிராகரிப்பு இதையெல்லாம் காலங்காலமா தலைமுறை தலைமுறையா அனுபவிச்சவங்க 'தலித்'துகள். மண்ணின் மணத்தையும் இந்த மண்ணுல நடந்த மன்னிக்கவே முடியாத அநியாயங்களையும் உள்ளடக்கி அசலான இலக்கியமா 'தலித்' எழுதும் இலக்கியங்கள் இப்பதான் வர ஆரம்பிச்சிருக்கு. வாசிக்கிறவன் தன் பார்வையையே சரி செய்துகிட்டு வாசிக்க வைக்கிற எழுத்துக்கள் அவை. இன்னும் இருபது வருஷம் கழிச்சுப் பாத்தா, 'தலித்' இலக்கியத்தைத் தவிர தாக்குப் பிடிக்கிற எழுத்துக்கள் மிகவும் குறைவாகதான் மிஞ்சும்.''

மற்றுமொருவர் ஆரம்பித்தார். ''பத்துக்கு ஒம்பது படைப்பாளிங்க விஷயத்தில அவங்க ஆரம்ப கால எழுத்துக்கள் தன்னைப் படைப்பாளியா நிலைநிறுத்திக்கற, தன்னை நிரூபிக்கற, ஜாக்கிரதைத்தனமான சுருதி பேதங்களைச் சுமந்திருக்கும். அதைத் தாண்டி தன் உள்ளே தேடும் படைப்புகள் அவங்க கிட்டேயிருந்து வெளிவரும் வரைக்கும் வாசகனும் இலக்கியமும் காத்திருக்கத் தான் வேணும். அப்போ வாசிப்பு அனுபவம், கலை, நுட்பம், தத்துவ விசாரம் எல்லாமே கூடி ஒரு பஞ்சலோக விக்கிரகம் மாதிரி அவன் படைப்புகள் வெளிப்படும்போது இலக்கியத்துக்கு இன்னும் வளமான சொத்து கிடைக்குது.''

நிறைய தலைமுடி வளர்த்து கண்ணாடி அணிந்த ஒருவர் ஆரம்பித்தார் ''ஒரு நல்ல படைப்பாளி தன்னுடைய கற்பனை வளத்தை ஊற்றெடுக்கற சுதந்திரமான சிந்தனையைக் காப்பாத்தி அதை கலையா படைக்கிறவன். அவனோட குழந்தை கதை கேட்டாலும் அதுக்கு தினம் ஒரு வித்தியாசமான கதை சொல்லுறது அவனுக்கு சாத்தியமாகணும். படைப்புக்கான கற்பனை வரம் கடவுள் வரமோ உடம்போட பிறந்து வருவதோ கிடையாது. தனது சுதந்திரமான சிறகடிக்கற சிந்தனைப் போக்கின் இயல்பைத் தக்க வெச்சிக்கறதுதான். இலக்கியம் வார்த்தை களைத் தாண்டி பேசாமலேயே பேசும். பாத்திரங்களைத் தாண்டி தேங்கிக் கிடக்கற மனிதக் கூட்டத்தைப் பார்த்து அதன் கட்டாயங் களைப் பார்த்து வாசகன் பதறி மேலே சிந்திப்பான்.''

சற்றே தள்ளி சுவரை ஒட்டி இருந்த ஒருவர் கையோடு கொண்டு வந்திருந்த சிறிய மது பாட்டிலிலிருந்து கொஞ்சம் ஏற்றிக் கொள்வது ராஜமாணிக்கம் கண்ணில் பட்டது.

சட்டையில் செல்ஃபோன் சட்டைப் பையைத் தாண்டி வெளியே தெரிய இருந்த ஒருவர் பேச ஆரம்பித்தார். ''வணிக இலக்கியம்னு பொதுப்படையா ஒதுக்கிடறோம். நிறைய வாசகர்களைப் போய் சேருர மாதிரி ஒரு இலக்கியத் தரமான பத்திரிகையை நடத்தற முயற்சியை யாராவது தொடர்ந்து செய்யிறாங்களா? சிறு பத்திரிகை, வெகு ஜன பத்திரிகைன்னு இரண்டா பிரிச்சி நாம் அவுங்களையும் அவுங்க நம்மையும் நிராகரிச்சாச்சி. சினிமா, சீரியல் எல்லாமே நமக்கு தீண்டடத்தகாத விஷயங்கள். குறைந்த பட்சம் ஒரு நல்ல பத்திரிகை சிறுவருக்கு பல பக்கம், பெண்ணுரிமை, 'தலித்'துகளுக்கான உரிமைகள், பண்பாடு பற்றிய விவாதங்கள்ன்னு சுவையா ஒரு இதழை நாம் ஏன் முயற்சி செய்யக்கூடாது? நம் மாவட்டத்திலேயே தொடக்கத்திலே போட்டு வித்துப் பாக்கலாமே?''

''அதுக்கு உன்னை மாதிரி சினிமாக் கதை சொல்லி சில்லரை சேத்திருக்கணும்'' என்றார் ஊற்றிக் கொண்டவர். அவர் கண்கள் சிவக்க ஆரம்பித்திருந்தன.

''தனிப்பட்ட விமர்சனம் வேண்டாமே...'' கணேசன் பதறினார்.

''நீங்க இருங்கய்யா... என்னடா சொன்னே? நான் சினிமாவுக்கு சொன்ன கதைக்கி விருது கெடைச்சதில பொறாமை உனக்கு. நான் இலக்கியத்தை சினிமாவுக்கு கொண்டு போறேன். உன்ன மாதிரி எளுத்தைக் காட்டி ரெண்டு மூணு பொண்ணுங்களை தள்ளிக்கிட்டு போகல...''

''நடிகை...யை நக்குறவண்டா நீ... நாயே...''

''போடா பொம்பளப் பொறுக்கி நாயே...'' இரண்டு மூன்று பேரின் கை கால்களை மிதித்தபடி அவர் பாயும்போது செல்ஃபோன் கீழே விழுந்தது. இதை எதிர்பார்க்காத ஓரிருவர் கீழே விழ, தாக்கப்பட்டவர் சட்டை கிழிய அவர் நண்பர் ஒருவர் ''அவன் மேலே கையை வைக்க நீ யாருடா?'' என்று வேறு ஒரு திசையிலிருந்து பாய்ந்தபோது எல்லோருமே எழுந்து விலக, இருவர் ஒருவரைத் தாக்கும் மின்னல் வேக நிகழ்வில் சுதாரித்து ஓரிருவர் வேட்டியை மடித்துக் கட்டி ஆளுக்கு ஒவ்வொருவரைத் தேர்ந்தெடுத்துப் பின்னே இழுத்தும் காதில் கேட்க முடியாத வார்த்தைகள் சரமாரியாக வந்துகொண்டே இருந்தன. ''ஸார்...

ப்ளீஸ்... அக்கம் பக்கத்துல வேடிக்கை பாக்கறாங்க... ப்ளீஸ்...'' என்று கணேசன் கை கூப்பிக் குரலை உயர்த்திக் கெஞ்சினார். அனேகர் மெதுவாகப் படி இறங்கி வெளியேறினர்.

●

'வாளின் கூர்முனையில்
உன் இருப்பைக் குவித்துக்
காத்துக் கொள்
சச்சரவுச் சறுக்கல்கள்
சாட்சி சொல்லும் கட்டாயங்களுக்கு
அப்பாற்பட்டு
நெடிதுயர்ந்து தலை நிமிர்ந்து
நிற்பது
மலைகளுக்கே சாத்தியம்
உன்னுள்
கனன்று கொண்டிருந்தது
சூரியனா சூளையா
என்னும் கேள்வி
ஒலிவடிவிலோ
வரிவடிவிலோ
வரப்போவதில்லை
உறக்கத்தில் உயிர் நீத்து
இமை திறந்து
உயிர்த்தெழுதல்
பழகி விடு
ஒப்பனைக் கிண்ணங்கள்
மதுக் கோப்பைகள்
வடிவில் மட்டுமே
சாக்ரடீஸ் விட்டுச்
சென்றதை விடவும்
வடிவில் மட்டுமே
வேறு பட்டவை.'

24

‘‘எழுதற தொழில்ல எந்த கணம் உங்களுக்கு பிடிச்சது ராஜேந்திரன்?’’ கண்களை அகல விரித்து முகம் முழுதும் உயிர்த்துடிப்புடன் வினவினாள் லதா.

‘‘கேள்வி புரியல லதா...’’

‘‘ஓகே. என்னை கேட்டா ஷூட்டிங் சம்பந்தப்பட்ட எல்லா வேலையிலேயும் லொகேஷன் பாக்கறதுதான் ரொம்ப பிடிக்கும். ஒரு தரிசு நிலத்தில கூட எங்களுக்கு ஏகப்பட்ட விஷயம் தென்படும். விஷுவல்ல எல்லாமே ஒரு குறிப்பிட்ட மனநிலையை அழுத்தமா வரவழைக்கற முயற்சிதான் அடிப்படையானது. என்னோட சக்ஸஸுல லொகேஷன் செலக்‌ஷனுக்கு அதிக பங்கு உண்டு. அதுபோல எழுதற உங்க பேஷன்ல உங்களுக்கு பிடிச்ச அம்சம் எது?’’

‘‘சரி, முதல்ல என்னோட பொசிஷனை க்ளியரா சொல்றேன். எழுதறதுங்கறது பேனா பேப்பர்ல உரசற அந்த கணத்தில மட்டும் நடக்கற ஒண்ணு இல்ல. பல நாட்கள்... ஏன்... பல வருஷங்கள் கூட உள்ளே ஒண்ணு உருக்கொள்ளாம ஆனா உயிர்த்துடிப்போட தச்சிக்கிட்டே இருக்கும். அது வெளிப்படும் நேரமும் வடிவமும் ஒரு பரிணாமம். இந்த அவஸ்தைக்குள்ளே இடைவெளி ஏதுமே கிடையாது லதா... துண்டு போட்டு பரிணாமத்தோட இந்தப் பகுதிதான் எனக்கு பிடிச்சதுன்னு எப்படி சொல்றது?’’

‘‘இங்கே வாங்க...’’ என்று பால்கனியை நோக்கி நடந்தாள்.

பால்கனியில் கடல் காற்றில் அவள் தலைமுடி பறந்து பறந்து அவள் ஒதுக்கிவிட முயன்றும் இன்னும் பறந்தது. அறைக்குள் சென்று ஒரு 'பேண்ட்'ஐ எடுத்து வந்து முடியைச் சரிசெய்து அணிந்தாள். அந்த லாகவம் வியப்பூட்டியது.

''ரூம்ல இருக்கறதுக்கும் பால்கனியில இருக்கறதுக்கும் வித்தியாசம் இருக்குல்ல ராஜேந்திரன்?''

''நான் சொல்ல வந்ததே வேற லதா...''

''கம் ஆன்... ஒரே ஒரு வார்த்தை பதிலா சொல்லுங்க. டோன்ட் யூ ஃபீல் பெட்டர்? யெஸ் ஆர் நோ?''

''யெஸ்.''

''விஷுவலும் அதே மாதிரிதான் ராஜேந்திரன். நீங்க ரீடரை உங்க உலகத்தை நோக்கி வார்த்தை மூலமா கூப்பிடறீங்க... நாங்க ஒரு நிமிஷத்துல அந்த உலகத்துக்கே கூட்டிக்கிட்டு போயிடறோம்.''

''ஓகே லதா, ஒருத்தர் எதையோ யோசிக்கிறாரு... அதை எப்படி காட்டுவீங்க?''

''பழைய ஞாபகம்னா ஃப்ளாஷ் பேக்... கற்பனைன்னா ஒரு ஸீன்ல கற்பனை மறு ஸீன் அது கற்பனைன்னு காட்டற மாதிரி பழைய ஸீன் ரிப்பீட்...''

''மனதுக்குள் விவாதிக்கிறாரு... ஆன்மீகமா, ஆழமா... நிறைய யோசிக்கிறாரு... அப்படின்னா?''

''ஆஃப்கோர்ஸ்... வித் வாய்ஸ் ஓவர்... வேற வழியில்ல...''

''சரி, ஒரு கவிதை இருக்கு... அதை விஷுவலா எப்படி காட்டுவீங்க?''

''வாட் ஈஸ் திஸ் ராஜேந்திரன்... கவிதையில கதை இருக்கா..?''

ஒரு கணம் மௌனமாகிப் பின் அவளை சற்றே நெருங்கி ''கவிதையில கதை, வரலாறு, வலி, கனவு, புனைவு, அசல், நகல், ஆன்மாவின் அறைகூவல் எல்லாமே இருக்கு லதா...'' என்றான் அவள் கண்களை ஊடுருவி.

''ஃபைன். அதை ஒரு ஸ்கிரிப்டா மாத்த முடியுமா? முடியாதுல்ல? அப்புறம் எப்படி ராஜேந்திரன் நீங்க கவிதைக்குள்ளே கதை இருக்குன்னும் சொல்றீங்க?''

''நீங்க கவிதை வாசிக்கறது உண்டா லதா?''

''ஒய் நாட்? பாரதியாரோட கவிதை வாசிச்சிருக்கேன். லைட் ம்யூஸிக், ஃபிலிம்... லிரிக்ஸ் கேட்டு மனசுக்குள்ளே ரசிப்பேன்.''

''இன் ஷார்ட்... லிரிக்ஸ் மாதிரி மியூசிகல் வால்யூ இருக்கற கவிதைகளை வாசிப்பீங்க...''

''ஐ டோன்ட் கெட் யூ.''

''கவிதை ரொம்ப தூரம் வந்துடிச்சு லதா... நீங்க லிரிக்ஸ் தவிர்த்த கவிதைகளை வாசிங்க.''

மதிய உணவுக்குப் பின் ''ஜஸ்ட் அ ஷார்ட் நாப். நீங்களும் கெஸ்ட் ரூம்ல ரிலாக்ஸ் பண்ணுங்க'' என்று தன் அறைக்குச் சென்றாள் லதா. ராஜேந்திரன் பால்கனிக்குப் போனான். அங்கிருந்த ஒரு இருக்கையில் அமர்ந்தான். கடற்காற்று நன்றாகவே வீசிக் கொண்டிருந்தது. வெய்யில் சற்றே தணிந்திருந்தது. சில பறவைகள் தென்பட்டன. வாகன இரைச்சலில் அவற்றின் ஒலிகளை அவதானிக்க இயலவில்லை.

ஒரு மணி நேரத்தில் லதா எழுந்துவிட்டாள். முகத்தைக் கழுவிய சோப்பு வாசனை அவள் பால்கனிக்கு வந்தபோது தென்பட்டது. ''தூங்கலயா ராஜேந்திரன்?'' 'இல்லை' என்று தலையசைத்தான். ''என்னதான் பண்ணிக்கிட்டிருந்தீங்க?''

ராஜேந்திரன் பதில் சொல்லவில்லை. அவனருகே ஒரு நாற்காலியை இழுத்துப் போட்டு அமர்ந்து அவன் கண்களைப் பார்த்துப் பேசினாள். ''உங்க ஸ்டோரீஸ்ல லைஃப் இருக்கு. நிறைய கனவுகள் இருக்கு. ஆனா உங்க முகத்துல ஏன் இப்போ லைஃபே இல்ல ராஜேந்திரன்?'' சிலையாய் அமர்ந்திருந்தான் அவன்.

இருவரும் காஃபி அருந்தும்போது ''இன்னிக்கி எல்லா அப்பாயின்ட்மென்ட்ஸையும் கேன்ஸல் பண்ணிட்டேன். ஆனா நைட் எட்டு மணிக்கி ஒரு ஃபெலிஸிடேஷன் இருக்கு. ஒய் டோன்ட் யூ ஜாயின் மீ?'' தொடர்ந்து மௌனமாயிருந்தான். பெசன்ட் நகர் அறுபடை வீடு கோயிலுக்குப் போகலாம் என்ற போது அவளுடன் படி இறங்கியவன் தன்னுடைய காரில் ஏறிக்கொண்டான்.

அறுபடை வீடு கோயிலுக்கு அருகே லதாவின் டிரைவர் காரை முன் ஜாக்கிரதையாக கோயிலுக்கு எதிரே நீளும் சாலையில் தள்ளி நிறுத்தினான். ராஜேந்திரன் கோயிலுக்கு அருகிலேயே இடம்

தேடி நிறுத்தி இறங்கியபோது லதா ஒரு கடையில் பூ வாங்கிக் கொண்டிருந்தாள்.

எனக்கு நானே அன்னியமானவன். என் நாக்கு பேசும்போது என் காதுகள் என் குரலைக் கேட்டு வியப்புறுகின்றன. என்னுள்ளான நான் புன்னகைப்பதை, வீறு கொள்வதை, அழுவதை அச்சப் படுவதை இன்னொருவன்போல காண்கிறேன். என் இருப்பு என் மூலக்கூற்றை வியக்கையில் என் ஆன்மா என் இதயத்தைக் கூண்டிலேற்றும். ஆனால் நான் அறியப்படாதவனாய் மௌனப் பெருந்தீயில் வெந்து கொண்டிருக்கிறேன்.

கலீல் கிப்ரானை நீ வாசிக்க வேண்டும் லதா. இன்றேனும் இதையெல்லாம் பற்றி நான் உன்னிடம் பேசத் தொடங்க வேண்டும்.

"டைம் ஆயிடிச்சு வாங்க." அவள் ஒவ்வொரு படை வீட்டு சன்னதியில் ஏறி இறங்கும்போதும் அவன் பின்தொடர்ந்தான். கடற்காற்றில் அணையாதபடி ஒரு கண்ணாடி வளையத்துக்குள் இருந்த தீபங்கள் ஆராதனை செய்யப்பட்டன.

பூக்கடையிலேயே லதா செருப்பை விட்டிருந்தாள். தனது காருக்கு அருகேயே விட்டிருந்த செருப்பை அணிந்து ராஜேந்திரன் அவளைத் தேடியபோது தனது காரை நோக்கி வேகமாக நடந்து கொண்டிருந்தாள்.

முதலில் பேரைச் சொல்லி அழைக்கலாமா என்று எண்ணியவன் பிறர் கவனத்தைக் கவராது இருக்க அவள் பின்னே வேகமாக நடை போட்டான். அவளை நெருங்கி "ஒன் மினிட் லதா" என்றான்.

"நீங்க உங்க காரில ஏறினப்பவே என் கூட வரப் போறதில்லன்னு தெரியும் ராஜேந்திரன்." நிற்காமல் நடந்தாள். காரை நெருங்கியும் விட்டாள்.

"கொஞ்சம் பேசணும் லதா..."

"கமான். இன்னிக்கி ஃபுல்லா மூட் அவுட் ஆகி உம்முனு இருந்துட்டு இப்ப என்னப்பா? அடுத்த ட்ரிப்ல பேசலாம்."

அவள் கார் கதவை இழுத்து மூட கார் கிளம்பியது. 'குட் நைட்' என்னும் குரல் தேய அவள் கையசைப்பு கணப் பொழுது தோன்றி

மறைந்தது. தன்னையுமறியாமல் காரின் பின்னே ஓடி மூச்சு வாங்க நின்றான்.

அரையிருட்டில் ''சாமி, பிச்சை...'' என்னும் குரலுடன் ஒரு உருவம் அவனருகே நின்றது. மீசையும் தாடியுமாய் கையில் கம்புடன் ஒருவன். ராஜேந்திரன் அவனை கவனிக்காததுபோல நடக்க முயன்றபோது அவன் வழிமறித்து ''பிச்சை போடு'' என்றான்.

அடி வயிற்றிலிருந்து ஆத்திரம் பொங்க ''என்னடா... மிரட்டி பிச்சை கேக்கறே?'' என்றான் ராஜேந்திரன்.

''அஞ்சோ பத்தோ போட்டுட்டு மேலே போ'' என்றான் அவன்.

''நீ யார்ரா என்னை மிரட்டறது?'' ராஜேந்திரன் அவனைப் பிடித்துத் தள்ளிவிட்டு மேலே நடந்தான்.

நிலைகுலைந்து விழுந்த அவன் ''த்தா... பிச்சை கேட்டா கையையா ஓங்குற...'' என்றபடி கம்பால் ஓங்கி ராஜேந்திரன் தோளில் அடித்தான். பின் பக்கத்திலிருந்து எதிர்பாராத தாக்குதலில் சுள்ளென்ற வலியுடன் திரும்பிய ராஜேந்திரனை அவன் மாறி மாறி அடித்தான். வலியில் அலறிய ராஜேந்திரனின் கூக்குரல் கேட்டு கும்பல் கூடியது. ஓரிருவர் ராஜேந்திரனைத் தூக்கினர். வலியில் அவன் கண்களில் நீர் துளிர்த்தது. ''படிச்ச ஆளு... அவரை ஏன்பா அடிக்கிற?''

''நாயி... பிச்சை கேட்டா கையை ஓங்குறதா?''

''அதுக்காக இந்த அடி அடிக்கறதா?''

''பிச்சை எடுக்கற நாயீ...'' ராஜேந்திரன் உடைந்த குரலில் கத்தினான்.

''த்தா... பேசினே இனிமே பொளந்துடுவேன். நானாடா நாயி... நீ பொம்பளப் பொறுக்கி நாயிடா. அவ ...தைக் காட்டிக்கிட்டு போனப்ப அவ காருக்கு பின்னே ஓடுனியே பொறம்போக்கு... அவ ...யக் காட்டமாட்டேன்னுட்டான்னு கார் பின்னே ஓடுனியே...''

''யேய்...'' என்று சுற்றி இருந்தவர்களைத் தாண்டி ராஜேந்திரன் முன்னேற ஓரிருவர் அவனைப் பின்னுக்கிழுத்தனர்.

''த்தா... பாக்கறேன் இவன ஒரு கை... நவுருங்கடா...'' என்று அவன் கம்பை மீண்டும் ஓங்க அனைவரும் நகர்ந்து கொண்டனர். நொடியில் அவன் கம்பு ராஜேந்திரன் தலையில் இறங்க அவன் நிலைகுலைந்தான். கை வலிக்கும் வரை அவனைக் கம்பால் அடித்துவிட்டு பிச்சைக்காரன் இருளில் கடற்கரையில் ஓடி மறைந்தான்.

தலையில் ரத்தம் வழிய ராஜேந்திரன் மூர்ச்சையானான். கும்பல் மறுபடி ஒன்று சேர ஒருவர் 108க்கு ஃபோன் செய்தார்.

●

'பூக்கள் ஓர் நாள் இதழ்கள்
சிறகுகள் என்று விரித்தன
வானமெங்கும் வண்ணமயமானது
பிரம்மாண்டமான நவீன ஓவியமாய்
பிணந்தின்னிக் கழுகுகள் வல்லூறுகள்
திசையறியாது தரை இறங்கின
சில நொடிகளில் கிரகணம்போல்
சூரியன் ஒளிந்து கொண்டது
பறவைகள் அச்சத்தில்
சலசலத்து மரங்கள் கூடுகள்
பொந்துகளில் ஒடுங்கின
மொட்டுகள் மட்டுமிருந்த
செடி கொடிகளில்
வண்டுகள் மோதி மயங்கி
விழுந்தன
தெருவில் ஆர்ப்பரித்த
பிள்ளைகள் மனமின்றி
வீடு திரும்பினர்
சில நிமிடங்களில்
மெல்ல கதிரவன்
ஒளி தென்பட்டபோது
தரையெங்கும் கருகிய
மலர்கள் உதிர்ந்து கிடந்தன
மேலும் மேலும் குப்பையாய்
அன்று தான் பூக்கள்
பறத்தல் அன்னியமென்று
தெளிந்தன.'

25

அலுவலக வளாகத்தில் நிகழ்த்தப்படும் வன்முறைகள் ஆழ்ந்த உட்காயங்களை விளைவிக்கின்றன. ரணத்தில் மன மூட்டுக்களில் ரத்தம் கட்டிக்கொள்கிறது. மனம் நொண்டுகிறது. வார்த்தைகளில் வலி எச்சரிக்கைகளை மீறி வெளிப்பட்டு விடுகிறது.

ஸ்கூட்டரை நிறுத்தும்போதே ஃப்ரிட்ஜில் முட்டை இருக்குமா என்று யோசித்ததில் நினைவுக்கு வரவில்லை. எதிரில் இருந்த பெட்டிக்கடையிலேயே நான்கு முட்டைகளை வாங்கிக் கொண்டான். சாந்தியாயிருந்தால் ''சிரமம் பாக்காம நடந்தா நாடார் கடையில சல்லிஸா வாங்கலாம். இவன்கிட்டே ஒரு முட்டைக்கி அம்பது பைசா அதிகம்'' என்பாள். வீட்டுக்கதவு திறந்திருந்தது.

''பாப்பா...'' என்று குரல் கொடுத்தபடியே நுழைந்தான். ''அப்பா...'' என்று சமையலறையிலிருந்து குரல் கேட்டது. அவன் ஷூ கழற்றி முகம் கழுவுவதற்குள் காஃபி போட்டு உணவு மேஜை மீது வைத்திருந்தாள்.

''தனியாவா கண்ணு இருந்தே?''

''இல்லப்பா. தர்ட் ஃப்ளோர் ஆன்ட்டி வூட்டுல இருந்தேன். உங்க ஸ்கூட்டர் சத்தம் கேட்ட உடனே இறங்கி வந்தேன்.'' சுமதியின் தலை அழகாக வாரப்பட்டிருந்தது. எட்டாம் க்ளாஸ் படிக்கிறாள். வளர வளர மாலதியின் சாயல் நன்றாகவே அவள் மீது தென்படுகிறது.

''ராத்திரிக்கி ஆம்லெட்டாப்பா?'' அவனது டிஃபன் பாக்ஸை பாத்திரம் தேய்க்கும் இடத்தில் போட்டபடியே கேட்டாள்.

பாலமுருகன் காலையில் செய்தித்தாளை விட்ட இடத்திலிருந்து படிக்க ஆரம்பித்துவிட்டான். மொபைல் ஒலித்தது. ராஜாராம்.

''சொல்லுங்க ராஜாராம் ஸார்.''

''ஜிஎம்மை பாத்தீங்களா?''

''பாத்தேன்.'' (ஒரு சிறிய பொய் கூட குரலைக் குன்ற வைத்து சமாளிக்க வேண்டி இருக்கிறது.)

''என்ன சொன்னாரு?''

''ப்ரொபோஸல் இன்னும் டிஸ்கஷன் ஸ்டேஜ்லேயே இருக்கு. எதுவும் ஃபைனல் ஆகலேன்னாரு.''

''நம்பாதீங்க பாலா, உங்களை ஷிஃப்ட் பண்றதில 'டிஜிஎம் ஸேல்ஸ்' குறியா இருக்காரு.''

''நான் என்ன ஸார் சின்ன ஆளு. நீங்க இவ்வளவு அக்கறை எடுத்ததாலே ஜிஎம்மை டயத்துக்கு பாக்க முடிஞ்சது.''

''நாளைக்கி எங்க 'டிஜிஎம்' கிட்டே சொல்லி உங்கள ஷிஃப்ட் பண்ணணும்ன்னா எங்க ப்ரான்ச்சுக்கே போடச் சொல்றேன். இத்தனை நாளா 'ஆடிட்', 'ரிட்டர்ன்ஸ்', 'ஸ்டேட்மெண்ட்ஸ்'ன்னு அலைஞ்சீங்க. 'மார்க்கெட்டிங் ப்ரான்ச்'ல நாங்கள்ளாம் ஒரு 'ஃபேமிலி' மாதிரி.''

''எனக்கு தெரியாதா ஸார்...'' (பரவாயில்லையே, எனக்குக்கூட நாசூக்காக நக்கலடிக்க வருகிறதே.)

''நாளைக்கு ஆஃபீஸ்ல பாப்போம்.''

காலையில் இந்த உரையாடல் நடந்து முடிந்திருந்தபோது மதிய உணவு இடைவேளையில் ராஜாராம் குறிப்பிட்ட 'ஜிஎம்'மின் 'பிஏ' அவனிடம் இரவல் வாங்கி இருந்த யூ ஆர் அனந்தமூர்த்தியின் 'பிறப்பு' நாவலைத் திரும்பக் கொடுத்து ''நீங்க சொன்ன மாதிரி இந்த நாவல் மாத நாவல் மாதிரியெல்லாம் இல்லை. 'டெப்த்' அதிகமான 'தீம்' என்று உங்க 'ப்ளாக்'ல ஷார்ட் ஸ்டோரி படிச்சேன்'' என்றாள்.

''கதைத் தலைப்பென்ன?''

''பேரம்' கதை நல்லா இருந்துது. பிரச்சனையை சொன்ன நீங்க முடிவையே சொல்லலயே...''

''நிஜ வாழ்க்கையில முடிவே தெரியாத எத்தனையோ விஷயங் களோட, பிரச்சனைகளோட, கேள்விகளோட நாம் வாழலயா? கதையின் முடிவு கத்தரிச்சி ஒட்டின மாதிரி கச்சிதமா இருக்கணுமா?'' என்றபடியே லலிதாம்பிகா அந்தர் ஜனத்தின் 'அக்னிசாட்சி' நாவலை அவளிடம் கொடுத்தான். நன்றி கூறி அவள் நகரத் துவங்கியபோதுதான் ராஜாராம் தன்னிடம் கூறியவை நினைவுக்கு வர ''ஜிஎம் ஸாரை பாக்க முடியுமா?'' என்றான். ''எதற்கு?'' என்று அவள் எதிர்க் கேள்வி போட ராஜாராம் மூலம் கிடைத்த விவரங்களைச் சொன்னான்.

''ஸார், ராஜாராம் கிட்டே உஷாரா இருங்க. எந்த ட்ரான்ஸ்ஃபர் ப்ரொபோஸலும் இல்ல. அவங்க டிபார்ட்மென்ட்ல ரெண்டு பேரு ரிஸைன் பண்ணிட்டாங்க. ராஜாராம் ரொம்ப நாளா அங்கே இருக்கறதால அவருகிட்டே 'அடிஷனல் ஒர்க்' எல்லாத்தையும் தர்றாங்க. அவரு உங்களுக்கு தூண்டில் போடறதே இந்த 'வேகன்ஸீஸ்' ஃபில் அப் ஆகற வரைக்கும் வேலைப்பளுவை உங்க மேலே தள்ளுறதுதான். நீங்களா ஜிஎம் கிட்டே போயி 'அக்கவுன்ட்ஸ்'லேயிருந்து 'ட்ரான்ஸ்ஃபர்' கேட்டா மத்த காயை நவுத்துறது அவருக்கு சுலபம்.''

''இந்த மாதிரி கண்ணாமூச்சி, தூண்டில் எல்லாம் எனக்கு பிடிபடறதே இல்லை மேடம்.''

''நீங்க எதுக்கும் கவலைப்படாதீங்க பாலா ஸார். இவரு எதாவது 'மூவ்' பண்ணினா நான் ஜிஎம் கிட்டே பாலா அக்கவுண்ட்ஸ்ல கன்டின்யூ பண்ணதான் விரும்புறாருன்னு சொல்லிடறேன். ஜிஎம் ரொம்ப 'ஷ்ரூட்'. டக்குன்னும் விஷயத்தை புரிஞ்சுக்குவாரு.''

அவள் விடைபெற்றதும் தூண்டில் விவகாரங்களில் தான் அனேகமாக மீனாகவே இருந்திருப்பதாகத் தோன்றியது. இந்தப் பதினைந்து வருடங்களில் பளு குறைந்த எந்த 'ஸீட்'டும் அவனுக்கு அமைந்ததில்லை. இவனை மாட்டிவிட்டு பலர் விடுப்பில் போயிருக்கிறார்கள். தனக்கு ஒரு அவசியம் என்று வரும்போது பலமுறை தத்தளித்திருக்கிறான். மக்கு, அசடு, பிழைக்கத் தெரியாதவன், உலகைப் புரிந்துகொள்ளாதவன் என்று நண்பர்களும் 'எல்லாரையும் எதார்த்தமா எடுத்துக்காதீங்க' என்று மாலதியும் எத்தனையோ முறை சொல்லியிருக்கிறார்கள். ஆனால் தூண்டில் முட்களில் சிக்கிய பிறகுதான் மறுபடியும் மாட்டினோம்

என்று புரிகிறது. இந்த அடுக்குமாடிக் குடியிருப்புக்கு பூமி பூஜை போட்டபோது அண்ணன் அவசர அவசரமாக தானும் ஒரு 'ஹவுஸிங் லோன்' போட்டு (அப்பா உட்பட) தெரிந்தவர் அனைவரிடமும் தான் முந்தி கடன் வாங்கிவிட்டான். மாலதி தன் அண்ணன், அப்பா எல்லோரிடமும் பேசி (கடன்) பணம் புரட்டினாள். கவரிங் நகைகளை மாட்டிக்கொண்டு நகைகளை அடகு வைத்தாள். கிரஹப் பிரவேசம் முடிந்து எல்லோரும் கிளம்பிய பிறகு ''சொந்த அண்ணன் அண்ணீன்னு என்னமா ஆடினீங்க. இப்பனாச்சும் மனுஷாளப் பத்தி புரிஞ்சுக்கங்க...'' என்றாள். ஏனோ அதன் பிறகும் அண்ணன், அண்ணியை அவர்கள் குழந்தைகளை வேற்றுமையாக எண்ணிப் பழக முடியவில்லை. முட்கள் சிறுவயது முதல் துரத்தி வருகின்றன.

எழுத ஆரம்பித்த பிறகு குத்திய முள் எது எது என்று அசை போடவோ இன்று எதிர்கொண்ட தூண்டில்கள் எது எது என்று இனங்காணவோகூட தோன்றுவதில்லை. மாலதி ஒருத்திதான் அவனை நெருக்குவதே இல்லை. இரண்டாவது பேறுக்குத் தாய் வீடு போக அவளுக்கு இஷ்டமேயில்லை. (அவள் தம்பிக்குத் திருமணமாகிவிட்டதே.) அவனது அம்மா முன்கூட்டியே திட்டமிட்டு முள்ளை நீட்டிவிட்டாள். 'என்னால வரமுடியாது தம்பி. தனி ஆளு நீ என்ன பண்ணுவே... அவுங்க அம்மாவை இங்கே வரச் சொல்லிடு.' மாலதி நகைகளை அடமானம் வைத்த பின் இவன் மாமியார் இவனுடன் முகம் கொடுத்துப் பேசுவதில்லை. வந்தாலும் தங்குவதில்லை.

உணவு மேசை மீது தட்டுக்களை வைக்கும் சத்தம். ''நானே ஆம்லேட் ஊத்திட்டேம்ப்பா. நீங்க குக்கர் வெயிட்டை எடுத்துட்டு உள்ளே இருக்கற ரைஸை எடுத்துத் தாங்க.'' கையில் ஆவி அடித்து குக்கர் மூடியைக் கீழே போட்டு மாலதி கையால் குட்டு வாங்கிவிட்டது குழந்தை.

சாப்பிடும்போது இன்று பள்ளி 'லெபாரெட்டரி'யில் ஒரு பையன் ஏதோ ஒரு 'ஆஸிட் ஜாரை' கீழே தள்ளி அது அப்படியே பற்றி எரிந்ததை சுவாரசியமாக விவரித்தாள் சுமதி. அவள் தலையை அசைப்பது அச்சாக மாலதி மாதிரியே இருந்தது.

இரவு மணி ஒன்பது. படிப்பும் பாதி வீட்டு வேலையும் குழந்தையின் முகத்தில் களைப்பும் தூக்கமுமாய் நிழலாடின. ''படுத்துக்கோயேன் ராஜா...''

‘‘கொஞ்ச நேரம் நீங்களும் பக்கத்துல இருங்கப்பா.’’

வெளிர் நீல வண்ண இரவு விளக்கொளியும், கொசு விரட்டும் திரவத்தின் வாசனையும், பக்கத்துக் குடியிருப்புகளிலிருந்து வரும் குழப்பமான டிவி ஒலியும் ஆன இந்த நேரம் தினசரி அம்மா அல்லது அப்பா சுமதியுடன் அவள் தூங்கும்போது உடனிருக்கும் நேரம். சில சமயம் அப்பா அம்மா இருவருமே இருக்க வேண்டும் என்பாள் சுமதி. அப்போது மூன்றாவது ஆளுக்குக் கட்டிலில் இடம் இருக்காது. அவன் அவர்கள் கால்கள் தாண்டி மீதியிருக்கும் ஒரு அடி இடத்தில் ஒண்டிக் கொள்வான்.

இன்று அவனுக்குத் தூக்கம் வரவில்லை. கட்டில் அருகே நாற்காலியில் அமர்ந்தான். ‘‘அப்பா பெட் மேல உக்காருங்களேன். நான் உங்க மடி மேல கால் போட்டுக்கறேன்.’’

‘‘நம்ப அலார்ம் க்ளாக்ல முள்ளு மேல ரேடியம் இருக்குப்பா’’ என்றாள் சுமதி. அவளது பள்ளிக்கூடப் புத்தகங்கள் வைக்கும் மரத்தட்டுகளின் மத்தியில் புத்தகங்களின் நிழல் பட்டு வெளிச்சம் மறைய பச்சை நிற ரேடிய ஒளி சிந்தின மூன்று கடிகார முட்கள்.

‘‘எங்க தமிழ் ஸார் ஒரு கட்டுரை எழுதச் சொல்லியிருக்காருப்பா.’’

‘‘என்ன டாபிக்?’’

‘‘அதான்ப்பா தரல. அவுரு ஏற்கெனவே நம்ப கண்ணுல படற ஒரு விஷயத்தைப் பத்தி இதுவரை யாருக்குமே தெரியாத ஒரு விஷயத்தை எழுதி அதுக்கு பொருத்தமான தலைப்பையும் வைக்கச் சொல்லியிருக்காரு. இன்டர் ஸ்கூல் காம்பெடிஷனுக்கு அனுப்பணுமாம்...’’

‘‘எதையெல்லாம் பத்தி எழுதலாமாம்?’’

‘‘எதைப் பத்தி வேணாலும்... ஏரோப்ளேன், கப்பல், அனிமல்ஸ், பேர்ட்ஸ் எதைப் பத்தி வேணாலும் எழுதலாம். சியாமளா இல்லப்பா... அவ ஆமையைப் பத்தி எழுதியிருக்காப்பா. கடல் ஆமை இருக்குல்ல. அது மணல்ல முட்டையெல்லாம் மறைச்சு வெச்சிடுமாம். மனுஷங்க அல்லது வேற மிருகங்கள் கண்ணுல படாம. ஆனா குட்டி பொரிஞ்சு வந்ததும் அந்தக் குட்டிகள் ஆமை மறைச்சு வெச்சிதே அந்த இடத்துலேருந்து மெதுவா ஊர்ந்து கடலுக்குள்ள போயி சேருரதுக்குள்ள கழுகெல்லாம் வந்து கொத்திக்கிட்டு போயிருமாம். அதுக்குத் தப்பிச்ச மிச்ச ஆமைதான்

கடல்ல இருக்காம். நிறைய பேரு இந்த மாதிரி முட்டைகளைத் தேடிக் கண்டுபிடிச்சு அது பொரிஞ்சப்புறம் குட்டிகளை அவுங்களே கொண்டுபோய் கடல்லே விட்டுருவாங்களாம். இதை ஒரு ஹாபியா செய்றாங்களாம்..."

"சியாமளா என்ன தலைப்பு வெச்சா?"

"பிறந்த உடன் மரணத்துடன் போராட்டம்'ன்னு. ஆனா தமிழ் ஸார் 'பெண் சிசுக்கள்போல இன்னுமொரு வாயில்லா ஜீவன்' அப்படின்னு மாத்திட்டாரு. ஏம்ப்பா நிசமாவே தன்னோட குழந்தையைக் கூட யாருனாச்சும் கொல்வாங்களா?"

"சில பேரு மனசு அந்த அளவு கடுமையாயிருக்கும்மா." பேச்சை மாற்ற எண்ணி "நீ எதைப் பத்தி எழுதப் போறடா ராஜா?" என்றான்.

"நீங்க கெஸ் பண்ணுங்க."

"கம்ப்யூட்டர் பத்தி..."

"நோ."

"எதாவது பூவைப் பத்தி..."

"சரி விடுங்க. நானே சொல்றேன். கடிகாரத்தைப் பத்தி எழுதப் போறேன்."

"கடிகாரத்தைப் பத்தி அப்பிடி மத்தவங்க கண்ணுல படாம என்னம்மா இருக்கு?"

"இருக்கே. இப்போ யுனிவர்ஸ் இருக்கில்லே?"

"யுனிவர்ஸுக்குள்ளேதாண்டா நாம இருக்கோம்."

"அது கிடையாது. ப்ளானெட்ஸ், ஸ்டார்ஸ், ஸன், மூன் எல்லாம் காலக்ஸியில இருக்கே அதுக்கு முடிவே இல்லதானே?"

"ஆமா."

"ஆனா ஒவ்வொரு வினாடி கடக்கும்போதும் அந்த அளவு ஒரு ப்ளானெட்டோ ஸ்டாரோ இது இருக்கற எடம் அதாவது ஒரு ஸ்பாட் அதை விட்டு இடம் மாறுது. வேகமாவோ இல்ல ரொம்ப மெதுவாவோ. ஒரு மேக்னெடிக், ஸாரி... க்ரேவிடேஷனல் புல் ஏற்பட்டு எல்லாமே வானத்தில கொஞ்சம் கொஞ்சமா இடம் மாறத்தானே செய்யிது. இல்லப்பா?"

"சரிதாண்டா கண்ணு. மார்ஸ் ரொம்ப கிட்டே வரும்போதுதான் அதுக்கு 'ஸ்பேஸ் க்ராஃப்ட்'டை அனுப்பி வெச்சாங்க."

"யெஸ். அப்போ இந்த கடிகாரம்தாம்ப்பா இந்த உலகம் பிரபஞ்சம் இன்னும் அதைத் தாண்டி எது எதுவோ எல்லாத்தையும் கன்ட்ரோல் பண்ணுது. அதுனால கடிகார முள்ளுதான் உலகத்தையே இயக்குதுன்னு கட்டுரை எழுதட்டுமாப்பா?"

"எழுதுடா கண்ணு. ஆனா கடிகார முட்கள் அப்படின்னு எழுது. மூணு முள் இருக்குல்ல?"

"இல்லப்பா. ஒரே ஒரு முள். வினாடி முள் மட்டும்தான் நகருது. அதை பேஸ் பண்ணி மிச்ச ரெண்டு முள்ளும் நகருது. வினாடி முள்தான் கடிகாரத்தையும் கன்ட்ரோல் பண்ணுது."

"கரெக்ட். அப்படியே எழுதுடா."

"தமிழ் ஸார் சேன்ஜ் பண்ண முடியாதபடி ஒரு தலைப்பு வெக்கணும்ப்பா."

"காத்தால சொல்லட்டுமா?"

"இப்பமே யோசிச்சி சொல்லுங்க. அப்பதான் எனக்கு தூக்கம் வரும்."

"பிரபஞ்சத்தை இயக்கும் முள் அப்படின்னு வெக்கலாம். அப்புறம் அவரு பிரபஞ்சம்கறது வடமொழி வார்த்தைன்னு தலைப்பை மாத்திடுவாரு. பிரபஞ்சத்துக்கு தமிழ்ல வெளின்னு ஒரு வார்த்தை இருக்கு."

"முள்வெளின்னு தலைப்பு வெக்கலாமா?"

"பொருத்தமான தலைப்புடா கண்ணு."

"காலையில என்னை சீக்கிரமே எழுப்புங்க. நான் இந்தக் கட்டுரையை எழுதி உங்க கிட்ட காட்டி கரெக்ட் பண்ணிக்கறேன். இப்போ உங்க கையை என் தலைக்கிக் கீழே வெச்சிக்கோங்க."

அவன் உள்ளங்கை விரிய குழந்தையின் தலை அதன் மீதும் அவள் பிஞ்சு விரல்கள் அவன் கையைப் பற்றிய படியும்... "நான் தூங்கற வரைக்கும் இங்கேயே இருங்கப்பா" என்றபடி விழிகளை மூடிக் கொண்டாள்.

குழந்தை உறங்கிவிட்டாள். அவனுக்குத் தூக்கம் வரவில்லை. அவளை எழுப்பாதபடி மிக மென்மையாக அவள்

தலைக்குக் கீழே இருந்து கையை எடுத்துக் கொண்டான். ஹாலுக்கு வந்தான். மின்விசிறி சுழலாததால் ஹால் நிசப்தமாயிருந்தது. சுவர்க் கடிகாரத்தில் வினாடி முள் அசையும் ஒலி தொடர்ந்து தெளிவாகக் கேட்டது.

―――

www.ingramcontent.com/pod-product-compliance
Lightning Source LLC
LaVergne TN
LVHW041605070526
838199LV00052B/3003
* 9 7 8 9 3 8 6 7 3 7 1 8 2 *